D1771527

சரித்திரத்தில் படிந்த நிழல்கள்

சரித்திரத்தில் படிந்த நிழல்கள்

தமிழவன்

அடையாளம்

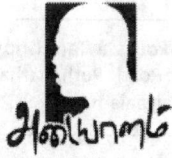

முதல் பதிப்பு 2010
இரண்டாவது மீளச்சு 2021
© தமிழவன்
வெளியீடு: அடையாளம், 1205/1 கருப்பூர் சாலை, புத்தாநத்தம் 621310, திருச்சி மாவட்டம், தமிழ்நாடு, இந்தியா, தொலைபேசி: 04332 273444
நூல் வடிவம்: த பாபிரஸ், அச்சாக்கம்: அடையாளம் பிரஸ், இந்தியா
வரைபடங்கள்: சந்ரு
ISBN 978 81 7720 148 2
விலை: ₹ 140

Charithirathil Padintha Nizhalkal is a Tamil novel by Tamilavan, Published by Adaiyaalam, 1205/1 Karupur Road, Puthanatham 621 310. Thiruchirappali District, India, email: info@adaiyaalam.net

சரித்திரத்தில் படிந்த நிழல்கள்

துதி

விதிசெய் சதியால் அழிந்த இனத்தைக்
கதையாக ஆக்க விழைந்தேன் - புதியதாம்
ஓர்முறையில் நாவல் எழுதி வெளியிட
சீர்பெறு ஐங்கரன் காப்பு.

சொல்வோன் கூற்று

கேளும் சுவாமி, வாசகரே! இந்தச் சரித்திரத்தின் நாயகி அம்மணியாம் பாக்கியத்தாய் பற்றிப் பகர்வேன் கேளும். அவள் இந்த மண்ணில் பிறந்தவளோ, எந்த மண்ணில் பிறந்தவளோ என்று வியக்கும்படியாய் கண்ணை மூடிப் பார்க்கிறாள். தள்ளாவயதில் காலால் கதவைப் பிளக்கிறாள். வயிற்றிலிருந்தும் வார்த்தையிலிருந்தும் பிள்ளைச் செல்வம் பெருமையோடு பெறுகிறாள். பாவி மறதி பாதியில் வந்து மூன்றாவதாய்ப் பிறந்த மகளைப் பறித்துக்கொள்கிறது.

கேளும் சுவாமி, வாசகரே! இந்தச் சரித்திரத்தின் நாயகனாம் பச்சைராஜன் ஒற்றைக் கண்ணால் உலகம் எல்லாம் பார்க்கிறான். பச்சை நிறமாய் வாழ்கிறான். என்னே விந்தை! என்னே விந்தை! என்கிறீர் அன்றோ? இன்னும் கேளும்! சொல்வேன் ஐயா, இன்னும் கேளும்! ஆனால் ஒன்று; பாக்கியத்தாயின் இரண்டாம் மகனோ இரண்டு இடங்களில் ஒரே நேரத்தில் கவிதை படிப்பதால் இன்று நீர் போய் தெருவில், அரங்கில், ஊரின் புறத்தில், நகரில் எங்கும் கவிதை படிக்கிற யாரையும் ஒப்பிட வேண்டாம். புரிகிறதா? உம்மிடம் இன்னும் ஒன்று பகர்வேன். கேளும்! பாக்கியத்தாய் உப்பிய செய்தியை இங்கே படித்து வானொலிப் பெட்டியோ, தொலைக்காட்சிப் பெட்டியோ அருகில் இருந்தால் யாரோ ஒருவர் தலைவரோ, தலைவியோ, நடிகரோ, குடிமகனோ இதுபோல் இருப்பதாய் ஒப்பிடா தீரும். மாயையில் சிக்கி மாளாதீரும். சொன்னேன், ஒழுங்காய் வாசிக்கக் கருதும். பச்சைராஜனுக்குப் பத்தினியாய் இருவர்

சரித்திரத்தில் இருக்கும் செய்தி கேட்டு, நாளும் பார்க்கிற சங்கதி இது என நாட்டில், நகரில், நல்ல மனைகளில் நடக்கும் எந்த நிகழ்ச்சியையும் நான் எழுதிவிட்டதாய்க் கருதிக்கொண்டு வீண் போகாதீர்! ஏனெனில் சல்மான் ருஷ்தி பாகிஸ்தான் பற்றிக் கூறியதுபோல* நானும் சொல்வேன். என் இந்தச் சரித்திரக் கதையில் வரும் நாடு தமிழ்நாடல்ல; தெகிமொலா மக்களும் தமிழ்மக்களல்ல. இரண்டும் இரண்டு நாடுகள். இருவித மக்கள். ஒன்று நிஜத்தில், இன்னொன்று எழுத்தில் என்றும் சொல்லமாட்டேன். ருஷ்தி சொன்னது போல் இரண்டும் ஒரே தளத்தில் இருப்பதாய்க்கூட சொல்வேன் ஐயா! இரண்டும் இருக்கின்றன. இரண்டு விதமாய். ஒன்றுக்கருகில் இன்னொன்றாய், மாயம் அல்ல. மந்திரம் அல்ல. இரண்டும் ஒன்றாய் ஆகிப் போக. மிலோராத் பாவிச்சைக் கேட்டால் தெரியும். 'கஷார்'கூட ஒரு மக்கள் கூட்டம்தானே. மிலோராத் பாவிச்** தமிழ்நாடு பற்றியா கூறுகின்றார்.

கேளுமய்யா வாசகரே! என் குரல் கேட்டு உம் குரலைக் காட்டும். சரித்திரநூலில்கூட சொல்வோன் உண்டோ எனத் தடுமாறுகிறீரோ? சரித்திரத்தில்கூட சொல்வோன் குரலும் கேட்போன் குரலும் உண்டு. சரி சரி! என் குரலில் முதன் முதலில் 'அறிமுகம்' சொல்வேன்; கடவுள் வாழ்த்துக்கு எழுந்து நிற்பது போல எழுந்து நின்று படியுங்கள்.

o

---

* சல்மான் ருஷ்தியின் ஷேம் (அவமானம்) என்னும் நாவல்.
**மிலோராத் பாவிச் கஷார்களின் அகராதி (டிக்ஷனரி ஆஃப் த கசார்ஸ்) நாவலில் மறைந்துபோன ஓர் இனம் பற்றிக் கூறுகிறார்.

1

அறிமுகம்

இச்சரித்திரம் 'தெகிமொலாக்களைப்' பற்றியது. எனவே, கற்பனையும் நிஜமும் வேறுபாடில்லாமல் எழுதப்பட்டிருக்கின்றன. சம்பவங்கள் நடந்த ஆண்டுகளைப் பற்றி ஆதாரங்களின் அடிப்படையில் அறிவதைவிட யூகங்களின் அடிப்படையில் அறிபவர்களுக்குச் சரித்திரம் மிகத் தெளிவாக விளங்கும்.

'தெகிமொலாக்கள்' என்றவுடன் எதிர்காலத்தில் மக்களின் நினைவுகளிலிருந்தும்கூட விரட்டப்பட்டுவிடுவோமோ என்று பயந்தபடி இவர்கள் வாழ்ந்த செய்திதான் சரித்திர ஆசிரியர்களின் நினைவில் வரும். எழுதப்பட்ட எல்லா நூல்களிலும் இவர்கள் தங்கள் சரித்திரத்தைப் பற்றியே மீண்டும் மீண்டும் எழுதினார்கள். அப்படித் தங்கள் சரித்திரத்தை எழுதி வைத்துவிட்டு இன்று ஒருவர்கூட இல்லாமல் மறைந்துபோன அந்தத் துரதிருஷ்ட வசமான வம்சத்தின் பெயர்தான் 'தெகிமொலா.'

தெகிமொலா என்ற சொல் இவர்களைக் குறிக்கும் பல பெயர்களில் ஒன்று என்பதுதான் உண்மை* ஐரோப்பியர். கி.பி. பதினான்காம் நூற்றாண்டில் இவர்களைத் 'தமோலிக்கா'என்றும் அதற்கு முன்பு கி.பி. இரண்டில் இவர்களைத் 'தமரிகே' என்றும் அழைத்தனர்.

நம்பமுடியாதவற்றை நம்பும் கெட்ட பழக்கத்திலிருந்து விடுபட முடியாமல் வாழ்ந்து மறைந்த இந்த மக்களிடம் மிகவும் அதிகமாக சூரியனைப் பற்றிய கதைகள் இருந்தன. இன்றும் பிரிட்டிஷ் மியூசியத்தில் மட்டுமே காணப்படும் ஆண்டு குறிக்கப்படாத ஒரு நூலில் இதுபற்றிச் சில குறிப்புகள் உள்ளன.

தெகிமொலாக்களையும் அலைக்கழித்து இவர்களின் வரலாற்றை எழுதியவர்களையும் அலைக்கழித்த ஒரு முக்கியப் பிரச்சினை

---
* இது யுவான்சுவாங் என்ற சீனர் கூறிய பெயர் என்பதை மிகப் பிற்காலத்தில் தெகிமொலாக்கள் அறிந்துகொண்டனர்.

இவர்களின் தோற்றம் பற்றியது. அட்ரியன் கான்வாலிஸ்* இந்தப் பிரச்சினை பற்றியும் செம்பருத்திப் பூக்களின் வகை பற்றியும் நூல் எழுதியிருக்கிறார் (செம்பருத்திப் பூக்களைப் பற்றி எழுதிய நூலினளவு, தெகிமொலாக்களைப் பற்றி எழுதிய நூல் அவருக்குப் புகழைத் தரவில்லை). பிற்காலத்தில் அட்ரியனை மிகவும் இழிவு படுத்தி நூல்கள் வெளியிடப்பட்டன. அதாவது தெகிமொலாக் களுக்குச் சுதந்திரம் கிடைத்த பிறகு இது நடந்தது. அட்ரியன், இம்மக்கள் கைபர் கணவாய் வழி வந்தவர்கள் என்றார். ஆனால் இம்மக்களின் ஆதிவாசிக் கடவுளர்களைக் கண்டு வெறுப்புற்றுக் கிறிஸ்துவத்தைத் தழுவிய முதல் ஆளும் மூவாயிரம் இரண்டடிப் பாடல்களை மிகக் கடினமானதும் சதுரம் சதுரமாக எழுதப்படுவது மான ஒரு யாப்பில் பாடியவருமான குட்டிக் கிருஷ்ண பாகவதர் என்பவர் (இவரது கிறிஸ்தவப் பெயர் ஜான்சாமுவேல் வெஸ்லி) தெகிமொலாக்கள் பைபிளில் வரும் மோஸஸின் பரம்பரையினர் எனப் பிடிவாதமாக ஒரு கருத்தைத்தான் சாகும்வரை கொண்டிருந்தார்.

ஏதேனும் ஒரு விநோதத்தைப் பற்றி மட்டும் இங்குக் கூறுவதென்றால் இவர்களின் பெயர் வைக்கும் முறையைப் பற்றிக் கூறலாம். ஆனால், துரதிருஷ்டவசமாகப் பெயர் வைப்பு முறையின் ரகசியத்தை இவர்களின் இறுதி வரலாற்றாசிரியன்கூட வெளியிட வில்லை.

இவர்களைப் பற்றிய இன்னொரு ஆச்சரியமான விஷயம். தெற்குத் திசைகளுக்கும் இவர்களுக்கும் உள்ள சம்பந்தம். இவர்களின் நாடு தெற்குப் பக்கத்தில் இருந்தது. எனவே இவர்களின் மொழியில் தெற்குப் பக்கத்தைச் சார்ந்தது எதுவும் அழகுடையதாக விளக்கப் பட்டது. தெற்குப் பக்கத்தைச் சார்ந்த காற்றைச் சுகமானது என்றனர். தெற்குப் பக்கத்தில் தலைவைத்துப் படுப்பது நல்லது என்றனர். செத்தபின் ஆவி தெற்குப் பக்கத்தில் போனால் அது சிறப்பானது என்றனர். அதுபோல் தெற்குவாசல் வைத்து வீடு கட்டுவதையும், தெற்குத் திசையில் பல்லி சப்தம் எழுப்புவதையும், தெற்கில் நட்சத்திரம் எரிவதையும் புகழ்ந்து சொல்லும் பழக்கம் இவர்களிடம் இருந்தது.

தெகிமொலாக்கள் இன்றைக்கு இல்லாவிட்டாலும் இவர்களின்

---

* இவர் தெகிமொலா வரலாற்றில் 'கல்நெஞ்சன்' என்று கூறப்பட்ட எல்வின் பிரிஸ்ட்லி கான்வாலிசின் மூன்று தலைமுறைகளுக்குப் பிந்திய தலை முறையினர் எனவும் இவரது காலம் கி.பி. 1849 முதல் 1698 வரை என்றும் கூறப்படுகிறது.

விநோதமான வாழ்வும் வம்ச சரித்திரமும் இன்று வாழ்பவர்களுக்கு ஓராயிரம் நூல்களிலிருந்து கிடைக்கும் ஆச்சரியத்தை ஒரே நேரத்தில் அள்ளி வழங்கும் ஆற்றல் பெற்றவையாகும். நூல்களில் சொல்லப் பட்டது போல் வாழ முயன்று துன்புற்றுக் கொண்டிருக்கும் நாம் இந்தப் பாத்திரங்களின் மூலம் எவ்வளவோ பாடங்களைப் படிக்க முடியும்.

இந்த நல்ல நோக்கத்தை மனத்தில்கொண்டு, பல புத்தகங் களையும் ஆதாரங்களையும் கேள்விஞானத்தையும் பயன்படுத்திக் கதைபோல் எழுதப்பட்டதுதான் பல சம்பவங்களைக்கொண்ட இந்தத் தெகிமொலா சரித்திரம்.

o

2

பாக்கியத்தாய் சரித்திரம்: தோற்றம்

நிஜத்திலும் பொய்யிலும் ஒரே நேரத்தில் வாழ்ந்தவள் பாக்கியத்தாய்.

அவள் ஒரு நீண்ட பரம்பரையின் பிரதிநிதி. அந்த நீண்ட பரம்பரையின் வரலாறு தெகிமொலாக்களின் முதல் தலைவனிடமிருந்து ஆரம்பிக்கிறது. முதல் தலைவனின் வழிவந்த பல தலைமுறைகள் அதன் விசித்திரங்களோடும் துக்கங்களோடும் வாழ்ந்து மறைந்தன. அந்தப் பல தலைமுறைகளின் இறுதிக் கட்டத்தில் புகழ் பெற்று விளங்கியவள் பாக்கியத்தாய்.

மூன்றுபேரைப் பெற்றும்கூட கன்னியாகவே கருதப்படும் பாக்கியத்தாய் தெகிமொலாக்களின் சரித்திரத்தில் முக்கிய இடம் பெற்றாள். சரித்திரத்தில் அவள் இடம் பெற்றதற்கு அவளுக்கு இமை மூடிய படியே பார்க்கமுடியும் என்பதும் ஒரு காரணம்.

அவளது இரு பிள்ளைகளில் ஒருவன் அவள் வயிற்றிலிருந்தும் இன்னொருவன் அவள் வார்த்தையிலிருந்தும் பிறந்தார்கள். வயிற்றிலிருந்து பிறந்த முதல் குழந்தை யைச் சொல்லப்படாத சாபம் ஒன்றிலிருந்து தப்ப வைக்க அதன் முகத்தைக் கூடப் பார்க்காமல் தாதிப் பெண்களிடம் ரகசியமாகக் கொடுத்து வளர்க்கச் சொன்னாள். பின்பு அந்தச் சாபம் தீர்ந்ததென்று ஏடுகளும் காலக்கணிப்புகளும் தெரிவித்தபோது குழந்தையைப் பார்க்க ஓடிவந்த அவளுக்கு நாட்டுப்புற இலக்கியங்களை நன்கு பயின்றிருந்த தாதியர்கள் இப்படிச் சொன்னார்கள்.

'அம்மா தாயே! நீ பெற்றது குழந்தையை அல்ல. நீ பெற்றது என்ன தெரியுமா, அதோ கிடக்கிறதே அந்த அம்மிக்கல்லைத் தான்.'

அதைக்கேட்ட பாக்கியத்தாய் கவலையோடு திரும்பினாலும் அந்த அம்மிக்கல்லைப் பார்த்தவாறேதான் திரும்பினாள். நாடோடிக் கதைகளால் மூளைச் சலவை செய்யப்பட்டிருந்த மக்களுக்கு

உண்மையைக் கூறி நம்பவைக்க முடியும் என்று பாக்கியத்தாய்க்குத் தோன்றவில்லை. பின் அமைதியாக நாள்களைக் கழித்தாள் அவள்.

இவ்விரு மைந்தர்களோடு மூன்றாவது ஒரு மகள் பிறந்தது நினைவில்லாமல் போகும்படி அவளைப் பெற்ற நிமிடத்திலிருந்து பாக்கியத்தாயை மிகப்பெரிய ஒரு மறதி பீடித்தது.

இப்படியே சில ஆண்டுகள் கழிந்தன. நேரடியாக சாதிக்க முடியாதவற்றைத் தந்திரங்களின் வழி சாதிக்கும் மரபு ராஜவம்சத்தில் இருந்ததால் பாக்கியத்தாய் அதைக் கடைப்பிடிக்க எண்ணினாள். தனது நம்பிக்கைக்குரிய படைத்தலைவனான கருணாகரத் தொண்டைமானை ஒரு நாள் அழைத்து முதல் மகனைப் பார்க்க வருவ தாகச் சொல்லி அனுப்பினாள். வேலைக்காரிகளால் குடிசையில் ஏழைச் சிறுவனாக வளர்க்கப்பட்ட ராணியின் மகனைப் பார்த்து விவரம் கூறவந்த படைத் தளபதியின் நிழலுக்குள் க்ஷண நேரத்தில் மறைந்துபோனான் ஒரு வயதாக இருந்த அம்மிக்குழவி என்று அழைக்கப்பட்ட மகன். அவனுக்கு 'மலையின் மீது ஒளி' என்றும் ஒரு பெயர் இருந்தது. 'மலையின் மீது ஒளி' பிறப்பிலேயே பெற்றிருந்த மந்திர ஆற்றலால் தன் நிழலுக்குள்ளேயே புகுந்து மறைந்துபோனான் என்று படைத் தலைவன் தலைதாழ்த்தியபடி ராணியிடம் வந்து சொன்னான்.

அந்த நேரத்தில் பாக்கியத்தாய் தனக்கு நேர்ந்த கதியை எண்ணி பெருங்குரல் எடுத்து அழுதாள். அன்றிலிருந்து அந்த மகனை அவள் பார்க்காதபடி விதி பார்த்துக் கொண்டது.

அப்போது ஒருநாள் புளிய மரங்களில் காற்று ஓயாது சுழன்றடித்த ஒரு மாலை நேரத்தில் பாக்கியத்தாய் தனது மகா புகழ்பெற்ற கனவு ஒன்றைக் காணும் பெரும் துயிலில் ஆழ்ந்தாள் (அக்கனவு ஆயிரத்துப் பத்து வரிகளில் 'ராட்சச ஒலி' என்று அழைக்கப்படும் கர்ண கடூர ஒலிநயமுள்ள யாப்பில் பின்னர் எழுதப்பட்டது. அதன் முக்கியத்துவம் யாதெனில் அந்நூலை ஒரே நேரத்தில் முதலிலிருந்தும் இறுதி யிலிருந்தும் படிக்க முடியும்). ராணியை அக்கனவு உண்மைக்கும் பொய்க்கும் நடுவில் பயணம் செய்ய வைத்தது. ராணி கண்ட கனவில் ஒரு குரங்கு வந்தது. அது பற்றிய பல விவரங்கள் இருந்தன. அந்த விவரங்கள் எல்லாம் இன்று கவனம் செலுத்தி எழுதப்படவோ, வருங்காலத் தலைமுறைகளுக்குப் பாதுகாக்கப்படவோ உரிய அந்தஸ்து படைத்தவை அல்ல எனலாம்.

கனவு கண்டபின் வழக்கம்போல் பாக்கியத்தாய் கண்களை

மூடியபடியே துயிலிலிருந்து எழுந்தாள். அப்போது சூரியன் கிழக்கில் உதித்தது. பல்துலக்கியைக் கொண்டுவர அவள் பணிப்பெண்களுக்கு ஆணையிட்டாள். அவர்கள் ராணிக்காகப் புதிய பல்துலக்கியைக் கொண்டுவந்து கொடுத்தனர். அவள் அதைக் கண்ணை மூடியபடியே எடுத்தாள். இப்படிக் கண் மூடியபடி பல்துலக்கியை எடுக்கும் காட்சி பணிப் பெண்களுக்குப் பழகிப்போன ஒன்றுதான் என்றாலும் புதிதாய் யாரேனும் அதனைப் பார்த்தால் பயந்துபோவார்கள். ஏனெனில் ராணி கண்ணை மூடியபடியே பார்க்கிறாள் என்பதை முதலில் யாரும் நம்ப மாட்டார்கள்.

பின்பு பணிப்பெண்கள், ராணி பல்துலக்கும்போது அரச பரம்பரை வழக்கப்படி, பாக்கியத்தாயின் பூர்வீகத்தை விளக்கும் நாடோடிக் கதைகளைத் தமக்குள் பேசியபடியிருந்தார்கள். அப்படிக் கூறப்பட்ட நாடோடிக் கதைகளில் ஒன்று கீழ்வருமாறு:

மரங்களைப் போல் பச்சைநிறமும் ஒற்றைக் கண்ணும்கொண்ட ராஜன் ஒருவன் தனது பெருமையான ராணிகள் பதினாயிரம் பேருடன் இல்லறம் புரிந்துவந்தான். அந்த ராணிகள் அத்தனை பேரும் எறும்பு போன்ற சிறிய தோற்றம் உடையவர்களாக இருந்தாலும் மனித இனம்தான். அவனுக்குப் பதினாயிரம் ராணிகள் இருந்தாலும் பேர் சொல்ல ஒரு குழந்தையில்லை. இதனைப் பற்றி யோசித்த ராஜன் பல இரவுகளைக் கவலையோடு கழித்தான். அத்தகைய இரவுகளில் குளிர்ந்த வானத்தைப் பார்த்தும், நகர்க் காவலர்கள் மிகுந்த தூக்கத்தோடு நகரைக் காத்ததைப் பார்த்தும் ஆறுதல் அடைந்தான்.

ஆனால் எறும்பு ராணிகள் வேறு விதமாகச் சிந்தித்தார்கள். அரசனின் உடலில் உள்ள பச்சை நிறம்தான் தங்கள் வயிற்றில் கரு தங்காததற்குக் காரணம் என்று எண்ணினார்கள். அதன்பிறகு வேகமாகச் செயல்பட ஆரம்பித்தனர். அந்தப் பதினாயிரம் ராணிகளும் ஒன்றாய்க் கூடினர். ரகசியமாகப் புற்றுகளுக்குள் புகுந்து ஆலோசித்தனர். ஆலோசனை முடிந்தபோது அவர்கள் திட்ட வட்டமான ஒரு முடிவு தமக்குக் கிடைத்ததை எண்ணி மகிழ்ந்தனர். அவர்கள் முடிவின்படி ராஜனின் உடலில் இருக்கும் பச்சைநிறம் சுரண்டப்பட்டால் குழந்தை பிறக்கும் சாத்தியமுண்டு.

நாட்டுப்புறக் காவியங்களில் வரும் ராணிகள் தங்கள் பிரச்சினை களை நம்பமுடியாத முறையில் எவ்வாறு தீர்த்துக் கொள்வார்களோ, அதுபோல் இந்த ராணிகளும் நம்பமுடியாத முறையில் பிரச்சினை

களைத் தீர்க்கமுடியும் என்று நினைத்தனர். ராணிகளின் திட்டம் செயல்படுத்தப்படும் நாளும் வந்தது. அது ஓர் அமாவாசை நாள். அத்தகைய நாள்களில் ஒளி கொஞ்சமும் இல்லாதிருப்பதால் ராஜன் தூங்கி விடுவான். அதனை அறிந்த ராணிகள் அந்த அமாவாசையைத் தேர்ந்தெடுத்து ராஜனைச் சுரண்டினர். ஏற்கனவே உலைக் கூடங்களில் புல் செதுக்கிகள் போன்ற கருவிகள் செய்து அடுக்கப் பட்டிருந்தன. அது அவர்களுக்கு வசதியாகப் போயிற்று. சுரண்டத் தொடங்கிய சற்று நேரத்தில் உடம்பில் ரத்தம் சொட்ட ஆரம்பித்தது. ராணிகள் பயந்து போயினர். என்ன செய்வதென்று தெரியாது கைகளைப் பிசைந்தனர். புது ரத்தநெடி வீசியது. கைகளில், விரலிடுக்கில், கால் மூட்டில், தொங்குதசையில், அடிவயிற்றில் என்று ரத்தம் கசிய ஆரம்பித்தது. அப்போது அரசன் ஒரு பெரிய கொட்டாவி விட்டபடி எழுந்து அமர்ந்தான். அசாதாரண உணர்வும் ஆலோசனைகளும் அவ்வப்போது கொண்டவனாகையால் தன்னை ராணிகள் என்ன செய்கிறார்கள் என்று நொடியில் புரிந்து கொண்டான். புல்செதுக்கி போன்ற கருவிகளுடன் நின்று அலங்க மலங்க விழித்தனர் எறும்பு போன்ற ராணிகள்.

அடுத்து நடந்ததைப் பணிப்பெண்கள் இப்படித் தெரிவித்தார்கள்.

அடுத்ததாக எல்லோரும் எதிர்பார்த்தபடியே இரண்டு விஷயங்கள் நடந்தன. ஒன்று: அரசன் மூலிகைக்காரனின் கொட்டடிக்குக் கொண்டு செல்லப்பட்டான். இரண்டு: ஒரே நாளில் பதினாயிரம் ராணிகளின் தலைகளும் விரல் நகத்தால் கிள்ளி எறியப்பட்டன.

பணிப்பெண்கள் தொடர்ந்து பச்சைராஜனின் கதையைக் கீழ்வருமாறு கூறி முடிப்பார்கள்.

'அதன்பிறகு பச்சைராஜன் பல ஆண்டுகள் தன்னை ஒத்த பச்சைநிறம் கொண்ட காடு மலைகளில் சுற்றித் திரிந்துவந்தான். மலையில் கிடைத்த இலை, தழை, மருந்து, மரப்பட்டை, மொட்டுகள் முதலியன புண்ணுக்கு மருந்தாயின.

அப்படித் திரிந்து கொண்டிருந்த ஒருநாளில் அவன் கண்ட காட்சி அவனை ஆச்சரியப்பட வைத்தது. ஆடு மேய்க்கும் ஓர் இடைக்குலப் பெண் கண்களை மூடிய படியே பாடிக்கொண்டிருந்தாள். அந்தப் பாட்டில், 'என்னை மணந்து கொண்டால் உனக்குப் புத்திர சம்பத்து உண்டாகும்' என்ற அர்த்தம் இருந்தது. அதனைக் கேட்ட ராஜன் இதற்குள் உடல்குணமாகிப் பச்சைநிறம் வந்துவிட்டதால் அந்த நிறத்துடன் அந்தப் பெண்ணின் முன்பு போய் நின்றான். அடுத்ததாக

அவள் கேட்டதைப் பார்த்து இன்னும் அதிக அதிசயப்பட்டான் பச்சைராஜன். கண்களை மூடியபடியே அப்பெண் அவனிடம், 'பச்சைநிற ராஜனே, என்ன வேண்டும்?' என்றாள்.

அரசன் 'கண் மூடியிருந்தாலும் என்னை எப்படிப் பார்க்க முடிகிறது?' என்று கேட்டான்.

அதற்கு அவள், 'கண்களை மூடியபடியே உலகைப் பார்க்கும் சக்தி படைத்தவள் நான்' என்றாள். அதனைக் கேட்ட அரசனோ மிகுந்த ஆச்சரியம் கொள்ளலானான். அவன் பெரும் கலவரத்துடன், ஆனால் அவள் அதனை அறியாதவாறு மறைத்து, இத்தனை நாள்களும் அவனை அலைக்கழித்த மனநிலையால் உந்தப்பட்டுத் தனது ஒற்றைக் கண்ணை நன்கு திறந்து ஒரு கேள்வி கேட்டான்.

'உனக்குத் தாயாகும் ஆசை ஏன் வந்தது?'

அவன் எதிர்பார்த்தது போலவே அக்கேள்வியால் அவள் மிகவும் பரவசமடைந்தாள்.

'எனக்குத் தெரியும். இந்தக் கேள்வியைக் கேட்பாய் என்று' என்றாள்.

அதன்பின்பு அவன் எதிர்பாராத அந்தப் பதில் அவளிடமிருந்து வந்தது.

'எனக்குப் பிறக்காது. உனக்குத்தான் பிறக்கும். ஏனெனில் உனக்குத்தானே பச்சை நிறம் உள்ளது. பச்சைநிறம் உள்ள செடிகள் தானே பூக்கின்றன; காய்க்கின்றன.'

அவளது பதில்கேட்டு அவனது மனம் சமாதானம் அடைந்தது. அவனுக்குக் குழந்தை பிறப்பிக்கும் சக்தி உள்ளதை அவள் இப்படி மறைமுகமாய் தெரிவித்தது கண்டு மிகவும் மகிழ்ந்தான். இப்போது இரவுகள் அழகிய மங்கையர்களின் தோற்றம் கொண்டு அவன் கனவில் வந்து நடனமிட்டன. அந்த இரவுகள் ஒவ்வொன்றுக்கும் சொல்ல ஒரு கதை இருந்தது. பதினாயிரம் ராணிகளும் ஒரே குரலில் அவனை மலடன் என்று கூறியதை அந்த இரவுகள் கூறின. அப்போது அவர்களை அவன் கொன்றதற்குக்கூட எறும்பு ராணிகள் அவனைக் கொல்வதற்குச் சதி செய்தார்கள் என்பதைவிட அவனை மலடன் என்று இகழ்ந்ததுதான் காரணம் என்ற சிந்தனை அவன் மனதில் வந்து மறைந்தது.'

இதுதான் 30 வயதான பச்சைராஜன் 20 வயதான, இமை மூடியபடி பார்க்கும் வல்லமைகொண்ட ஒரு பெண்ணை மணந்து

ராணியாக்கிய கதை. இது பல ஆண்டுகளுக்குமுன் நடந்த கதையாகும்.

ராணி பின்பு பல பல்துலக்கிகளில் தனக்குப் பிடித்த ஒரு துலக்கியை எடுத்து இமை மூடியபடியே பார்த்தாள். ஒவ்வொரு பொருளையும் உள்ளும் புறமும் ஒரே நேரத்தில் பார்க்கும் ஆற்றல் பெற்ற அவள் அதன்பின்பு அங்கிருந்து புறப்பட்டுப் போனதைப் பணிப்பெண்கள் பார்த்து நின்றனர். ராணி தன் கற்பனையில் வந்த பகைவர்களையும் சதிகாரர்களையும் பல்வேறு மொழிகளில் (இது ராணிக்கு அவள் பச்சை ராஜனை மணம் முடித்த இரண்டாம் ஆண்டிலிருந்து ஏற்பட்ட விசேஷ ஆற்றலாகும்) சபித்தபடியும் நிந்தித்தபடியும் சென்றாள்.

O

3

வார்த்தைகளிலிருந்து பிறந்தவன் கதை

தெகிமொலாக்கள் காலத்தைச் சதுரங்கம் போன்றது என்று கருதினார்கள். சதுரங்கத்தைக் கட்டங்களாகப் பிரிப்பது போல காலத்தைப் பிரித்தார்கள். அதில் மிகவும் கொடுமையான இரண்டு காலங்களை எதிரும் புதிருமாக வைத்து அவர்களது காலச் சதுரங்கத்தை வரைந்தார்கள். அந்த எதிரும் புதிருமான காலங்களில் ஒன்று கோடை காலம். மற்றது பனிக்காலம். பனிக் காலத்தின் குணங்களைப் பற்றித் தெகிமொலா கலைக்களஞ்சியத்தில் பல குறிப்புகள் உள்ளன.

அதாவது கோடைக் காலத்திற்கு எதிர்திசையில் பனிக்காலம் சஞ்சரிப்பதால் பனிக்காலம் கோடைக் காலத்தின் குணங்களுக்கு நேர்எதிரான குணங்களைக்கொண்டிருக்கும். எனவே பனிக்காலத்தில் எழுதப்படும் கவிதைகளுக்குக் கோடைகாலக் கவிதையின் எதிர்குணம் தானாக வந்துசேர்ந்துவிடும். இவ்வாறு பனிக்காலம் கோடைக் காலத்தாலும், கோடைக் காலம் பனிக்காலத்தாலும் தீர்மானிக்கப் பட்டது.

இதுபற்றி மேற்சொன்ன கலைக்களஞ்சியம் கூறும் போது 'இது சற்று தந்திரபூர்வமானதும் அறிவைச் சோதித்துப் பார்க்குமளவு சிக்கல் நிறைந்ததுமாகும்' என்கிறது. இங்கே ஒரு கருத்தை இடைச் செருகலாய்க் கூறலாம்.

தெகிமொலாக்களின மூதாதையர் கூறியபடி பகல் புணர்ச்சிகள் முற்றாய் நிராகரிக்கப்படாததாலும், இரவுப் புணர்ச்சிகளின் போது புணர்ச்சி இலக்கணமும் காலநிலை நியமங்களும் பின்பற்றப் படாததாலும், தொடர்ந்து பிறந்தவர்கள் விசித்திர நினைவுகளுடனும் காலநிலை அற்றவிதமாகவும் பிறந்தனர். அப்படிப் பிறந்தவர்களின் கிரகிப்புத்திறன் குறையவில்லை என்றாலும் ஆச்சரியமற்ற சங்கதிகளைக் கிரகிக்க அவர்கள் மூளைகள் உற்சாகம் காட்டவில்லை என்பதுதான் உண்மை.

(இடைச்செருகல் முற்றும்).

எனவேதான் கலைக்களஞ்சியம் சாதாரண விஷயத்தைக்கூட சிக்கல் நிறைந்ததாக எழுதுகிறது.

இப்படிப் பனிக்காலக் குறிப்புகளை எழுதிய கலைக் களஞ்சியம் அதன் அடிக்குறிப்பில் பதினாறு புராதன நூல்களைப் பற்றியும் பேசியது. அதில் ஒன்றான 'பதிலில்லாக் கேள்வி' என்ற நூல் முதலும் முடிவும் இல்லாத வகையில், முதல் அத்தியாயமும் கடைசி அத்தியாயமும் செல்லரிக்கப்பட்ட விதமாய்தான் கிடைத்தது. எனவே அந்த நூலைப் பற்றிப் பள்ளி மாணவர்களுக்குக் 'கடவுள் நூல்' என்று பக்திமான்கள் அறிமுகப்படுத்தி வந்தார்கள்.

அந்நூலின் முக்கியப் பகுதி ஒன்று பாக்கியத்தாயின் இரண்டாவது மகனான வார்த்தைகளிலிருந்து பிறந்தவனைப் பற்றி விளக்குகிறது.

அச்செய்திகளையும் வேறு செவிவழிச் செய்திகளையும் கீழ்வருமாறு தரலாம்.

எதிர்காலம் கணிக்கும் அவர்களின் மூதாதையர் களின் கருத்து கொஞ்சமும் தப்பாமல் கவிஞனாக உருவான ராணியின் இரண்டாம் மகன் தெகிமொலாக்களின் இரண்டகத் தன்மையான நேர் எதிர் பண்புகளின் இடையில் சிக்கித் தவித்தான். இந்தச் சிக்கலில் தலையானதாகக் கருதப்பட்டது அவன் ஒரே நேரத்தில் இரண்டு இடங்களில் பிரசன்னமாவது.

ராணியின் மகன் என்பதால் அவன் கவிதை வாசிக்கும் சபைகளில் எல்லாம், மக்கள் பேராரவாரத்துடன் கூடினர். தெகிமொலா மொழியின் இலக்கியச் சரித்திரத்தில், சிறந்த இலக்கியங்களில் முக்கால்வாசியும் கவிதை இலக்கியம்தான். எனவே அடுப்பு ஊதும் போதும், காலை நேரங்களில் மகிழ்ச்சியுடன் வீதியெங்கும் எதிர் எதிரே அமர்ந்து மலம் கழிக்கும் போதும்கூட, கவிதைகள் சொல்லி ஆனந்தப்பட்ட இனமாகத் தெகிமொலாக்களைக் கூறுவார்கள். ஆனால் அவர்களின் கவிதைகளைப் பாராட்டினாலும் சுகாதார விஷயத்தில் ஞானமுள்ளவர்கள் எதிர் எதிரே தெருக்களில் அமர்ந்து மலம்கழிக்கும் தெகிமொலாப் பழக்கத்தைக் கண்டித்தனர்.

இந்தக் காலத்தில் ஒருநாள் தெகிமொலா மொழி யில் அவன் எழுதிய கவிதையை ராணியின் மைந்தன் இரு இடங்களில் ஒரே நேரத்தில் நின்று வாசித்தான். ஒரே நேரத்தில் வெவ்வேறு இடங்களில் நின்று அவன் கவிதை வாசித்ததைக் கண்ட மக்கள் முதலில் தாங்கள் பார்க்கும் ஜால வித்தைகளில் இது ஒன்று என்று நினைத்தாலும் உண்மை

சரித்திரத்தில் படிந்த நிழல்கள் ❖ 13

தெரிந்தபின் பாக்கியத்தாயின் புதல்வனிடம் தெய்வீக அருள் இருப்பதில் ஆச்சர்யப்படுவதற்கில்லை என்று கூறித் தத்தம் அலுவல்களைப் பார்க்கப்போனார்கள்.

இன்னொரு விஷயத்திலும் ராணியின் வார்த்தை வழிபிறந்த மைந்தன் தெகிமொலாக்களின் இரண்டுபட்ட மனத்துடன் நடந்து கொண்டான். அவன் பனிக்காலத்தில் ஒருகாலும் கோடைக் காலத்தில் இன்னொரு காலும் வைத்துக் காலத்தின் தடைகளைத் தாண்டினான். அதுபோலவே அவன் அரச சபையில் வளர்வதற்குப் பதிலாக மக்களின் சபைகளிலும் அது போல் கவிதைப் பிரியர்களான தெகிமொலாக்களின் மனங்களிலும் ஒரே நேரத்தில் இருந்தான்.

இப்படி இரண்டுபட்ட மனத்தோடும் இரண்டு பட்ட காலத்தோடும் வாழ்ந்த ராணியின் புதல்வன் இன்னொரு சக்தியோடும் சமர்புரிந்தான். அவன் பழமை என்ற இறந்தகாலப் பறவையின் இழுப்புக்கும், புதுமை என்ற எதிர்காலப் பறவையின் இழுப்புக்கும் நடுவிலிருந்து போராட வேண்டியவனாயிருந்தான். அவனுடைய சமர் தெகிமொலாக்களின் இன்றைய குறைந்த மக்கள்தொகையினரின் சார்பில் நடந்த சமராகும். பழமைக்கும் புதுமைக்கும் மத்தியில் எப்படி வாழ்வது என்பது அவர்களுக்கும் பிரச்சினையாகவே இருந்தது. அந்தப் பிரச்சினையோடு அலைந்தவன் பலவிதமான இயற்கை மாற்றங் களையும் கண்டான். குளிர்காலத்தில் எங்கிருந்தோ வந்த குயில்கள் தெகிமொலா நாட்டின் தோட்டங்களிலும் மா, பலா, வாழை, புளியமரங்களிலும் அமர்ந்து பாடின. அதே போல் குளிர்காலம் போய், மழைக்காலம் வந்தபோது இரவுகளில் தவளைகள் தூரத்து வானில் கருமை படர்ந்த மேகத்திற்கிடையில் தெரிந்த ஒன்றிரண்டு நட்சத்திரங்களைப் பார்த்து ஒலியெழுப்பின. கோடையில் ஒரேயடியாகக் காற்றும் புழுதியும் வீசிக்கொண்டேயிருந்தன. கோடைக்குரிய ராஜனைக் கொடும்பாவியாய்க் கட்டி, விவசாய மக்கள் ஆண்களும் பெண்களும் முறத்தால் அடித்துச் சபித்தபடி நாட்டுப்புறப் பாடல்களைப் பாடினார்கள்.

கவிஞன் கண்ட கனவும்
'மலை மீது ஒளி'யின் இரண்டாம் பிறப்பும்

இப்படிக் காலம் மாறிக்கொண்டிருந்தபோது ஒருநாள் கவிஞனுக்கு ஒரு கனவு வந்தது. கனவில் அவனது அண்ணனும் பாக்கியத்தாயின் உடலிலிருந்து பிறந்த முதல் மகனுமான 'மலைமீது ஒளி' இரண்டாவது

முறை பிறந்தான். பிறந்த வருடத்தைத் திபெத்தியர்களின் ஆண்டு முறைப்படிப் பதிவுசெய்திருந்தார்கள். அப்படிக் கனவில் பிறந்த ஆண்டு 'தண்ணீர்ப் புலி ஆண்டின் பதின்மூன்றாம் சுற்று.'

இந்த வருட எண்முறை ஆயிரத்தெழுநூற்று அறுபத்திரண்டைக் குறிக்கும் என்று மத்தியகால வம்சாவளி நூல் கூறுகிறது. இந்த ஆண்டை முன்வைத்து இச்சம்பவங்களின் பிற ஆண்டுக் கணக்கைப் பார்ப்பது ஓரளவு நம்பக்கூடியதாக இருந்தது. என்றாலும் குழப்பங்கள் ஏற்படக்கூடிய அபாயம் நிறைய உண்டு என்ற எதிர்பார்ப்புடனேயே இத்தகைய காலக்கணிப்பில் ஈடுபடவேண்டும். மேலும் 'மலைமீது ஒளி'யின் முதல் ஜனனமே குறிப்பிட்டுப் பேசத்தக்க பிறப்பு என்றும், திபெத்திய ஆண்டில் நடந்த இரண்டாவதான மன உலகப்பிறப்பு வெறும் ஒரு குறியீட்டுக்குணம் கொண்ட பிறப்பு என்றும் கருதப்பட்டது. நிஜத்துக்கும் குறியீட்டுக்கும் உள்ள உறவு பற்றிய அறிவு இவ்விவரங்களில் வெளிப்பட்டதென்பது எல்லோருக்கும் தெரிந்த விஷயமாகும்.

'அம்மிக் குழவி' என்றும் 'மலைமீது ஒளி' என்றும், 'ராணியின் உடலிலிருந்து பிறந்தவன்' என்றும் அவரவர் வசதிக்கேற்பவும் அந்தந்த நேரத்திய கோபதாப உணர்ச்சிகளுக்கு ஏற்பவும் அழைக்கப்படும் முதல் மகன் பற்றிய இன்னொரு பிரச்சினையும் இருந்தது. அதாவது அவனது காலம் நாம் பார்க்கும் காலமல்ல. காலத்தை அவன் கட்டுப்படுத்திவிட்டான். 'புராதன வியாகரணம்' என்ற நூலின் முதல் பாகத்தின் இரண்டாம் பிரிவின் நூற்று இருபதாம் சூத்திரத்திற்கான நான்கு உரைகளில் பல்வேறுவிதமாக அவன் காலத்தைக் கட்டுப் படுத்தும் விதம் விளக்கப்பட்டுள்ளது. அப்படிப்பட்ட உரைகளின் சாராம்சம் இதுதான்: காலத்தை சீட்டுக்கட்டுபோல் முன்னும் பின்னும் செருகிவைக்கலாம். அத்தகையக் காலத்தில் வாழ நிர்ப்பந்திக்கப்பட்ட 'மலைமீது ஒளி'யையும்கூட சீட்டுக் கட்டுப் போல் இன்னொருவரின் நினைவுகளுக்குள் செருகிவைக்க முடியும். அப்படித்தான் 'மலைமீது ஒளி' தனது தம்பியான கவிஞனின் நினைவுகளில் வாழ்ந்துகொண்டிருந்தான். தம்பி தனது நினைவுத் திரையை விரிக்கும்போது மட்டும் மலைமீது ஒளி அந்த நினைவு களில் தன் வாழ்வை வாழ்ந்தான்.

அதுபோலவே அம்மிக் குழவியாய்ப் பிறந்தவன் என்றும், ராணியின் வயிற்றில் பிறந்தவன் என்றும், திபெத்தியர்கள் வருஷ விவரப்படி 18ஆம் நூற்றாண்டில் பிறந்தவன் என்றும் மூன்று

வகையாகக் கருதப்படுபவனான முதல் மகன் இவ்வாறு பல பிறப்பு விவரங்களைக்கொண்டிருந்தது யாருக்கும் பிரச்சினையாய் இருக்கவில்லை. ஏனெனில் வரலாற்று நாயகர்கள் பலருக்கும் இப்பிரச்சினை இருந்தது. ஓரிருவர் ஒரே நேரத்தில் நான்கு பேருக்குப் பிறந்த செய்திகூட இருந்தது.

தெகிமொலாக்கள் இவ்வாறு எதற்கும் கவலைப் படாத அமைதி யான வாழ்க்கை வாழ்ந்துகொண்டிருக்கையில், தெகிமொலாக்களுக்காக முதன்முதலில் வெளிநாட்டிலிருந்து கிறிஸ்தவ மிஷனரிகள் கொண்டுவந்த அச்சகத்திலிருந்து வெளியிடப்பட்ட முதல் பத்திரிகையின் முதல் இதழில் வெளியான செய்தியில் ஏதோ ஒரு விஷயத்துக்காக 110 பேர் இறந்த குறிப்பு ஒன்று காணப்பட்டது. அது வரலாற்றாசிரியர் ஒருவர் எங்கோ தெகிமொலாக்களின் பழமையைக் கி.முவிலிருந்து கி.பிக்கு மாற்றிக் கூறியதற்கென்று பிறகு தெரிந்தது. இப்படி 110 பேர் இறந்தது பற்றி தெகிமொலாக்கள் மத்தியில் பெரும் பயபீதி இருந்த தென்னவோ உண்மை. ஏனென்றால் மொத்தமிருந்த 999 தெகிமொலாக்களில் 889 பேரே எஞ்சியிருந்தனர்.

அப்பொழுதுதான் எதற்கும் கவலைப்படாத ராணி தனக்குத் திருமணமாகி 35 ஆண்டுகள் ஆகிவிட்டன என்றறிந்தாள் (இது சரித்திரத்தின் காலப்பரிமாணத்தில் ஒரு பெரிய பாய்ச்சல் என்பது உண்மைதான்).

அன்று கொடிகளும் மரங்களும் நிறைந்திருந்த நந்தவனத்தின் நடுவில் அமைந்திருந்த மாளிகையில் பாக்கியத்தாய் கண்களை மூடியபடியே, தூரத்தில் மாலை வானத்தில் வெண்பஞ்சு மூட்டைகள் போல் மிதந்துகொண்டிருந்த மேகத்தைக் கூர்ந்து பார்த்துக் கொண்டிருந்தாள். அப்படிப்பட்ட நேரத்தில் அவளோடு யாரும் எதுவும் பேசக்கூடாது என்பது அரண்மனையில் எல்லோருக்கும் பழகிப்போன விஷயம். அந்த விதியைத் தன் கணவன்கூட மீறக்கூடாது என்பது பாக்கியத்தாயின் ஆணை. அன்று பாக்கியத்தாயிடம் சொல்வதற்குத் தனக்கு ஒரு ரகசியம் இருக்கிறதென்று அரச உடைகளுடன் தன் அறையிலிருந்து புறப்பட்டுவந்த பச்சைராஜன் அவள் கூர்ந்து மேகத்தைப் பார்ப்பதை அவள் முகம் இருந்த கோணத்திலிருந்து அறிந்து தன்னைச் சபித்துக்கொண்டே திரும்பினான். அப்படித் திரும்புகையில் தனக்குத் தானே கூறுவதுபோல் 'என் ஆடைகளை அவள் ஆணைப்படி கவனமாக நான் உடுத்திக்கொண்டு வந்தும்கூட

மேகத்தைப் பார்க்க ஆரம்பித்துவிட்டாளே' என்று கூறினான்.

பின்பு தன் ஆடையைக் கழற்றாமலே அவன் செய்த காரியம் இப்படி எழுதப்பட்டிருக்கிறது. '50 அடிக்கு 25அடி மேசை மீது வரிசையாக அடுக்கிவைத்திருக்கும் பல தெய்வங்களையும்* ஒன்று இருந்த இடத்தில் இன்னொன்றை மாற்றிவைத்துத் தன் தத்துவ விளையாட்டை விளையாட ஆரம்பித்தபோது அரசனுக்கு வயது அறுபத்தைந்து. தன் விளையாட்டில் தெய்வங்கள் உடையும் போது அரசன் ஏற்கனவே திரைமறைவில் நிற்க வைத்திருக்கும் சம்பளத்துக்கான புகழ் மொழியாளர் வழக்கம்போல் 'தெகிமொலாக்களின் தந்தை பச்சைராஜா வாழ்க' என்று இரண்டுமுறை ஓங்கி ஒலித்துவிட்டு அன்றைய தங்கள் வேலை முடிந்ததால் அந்த இடம்விட்டு அகன்றார்.'

அரசனும், தெகிமொலாக்களின் தந்தையாகக் கருதப்படுபவனுமான பச்சை நிற ராஜன் பின்பு தன் விளையாட்டை நிறுத்தி இரவு நெடுநேரம் வரை வேறு காரியங்களில் கவனம் செலுத்தினான்.

இப்படிப் பாக்கியத்தாய்க்கும் பச்சைராஜனுக்கும் நடந்த மனஸ்தாபமும் சண்டைகளும் பலவாகும். அச்சண்டைகளைப் பற்றிய தகவல்கள் பிற்காலத்தில் 1890இல் தெகிமொலாக்களின் ஆடை அலங்காரங்களைப் பற்றி அறியவந்திருந்த துய்மா என்ற பிரஞ்சுக் காரர் எழுதிய 'விசித்திரமான மனிதர்களும் அவர்களைப் பற்றிய பரம்பரைக் கதைகளும்' என்ற நூலின் கடைசி அத்தியாயத்தில் உண்டு. அந்தக் கடைசி அத்தியாயம் 1893இல் பிரஞ்சுமொழியில் வந்திருந்த நூலில் மட்டும் உள்ளது. 1901இல் வெளிவந்த ஆங்கில மொழிபெயர்ப்பில் அது இல்லை. 1893இல் வந்த நூலின் கடைசி அத்தியாயம் முடிந்தபின் ஒரு பின்னிணைப்பு காணப்படுகிறது. அதில் 'பச்சைராஜனும் பாக்கியமேரியும்** சந்தித்த கதை' என்று ஒரு கதை காணப்படுகிறது. அந்தக்கதை இருவரின் சண்டையைப் பற்றிக் கூறாமல் சந்திப்பைப் பற்றிக் கூறுகிறது. முதல் 54 பக்கங்கள் இல்லாத அந்த நூல் பிரான்ஸ் நாட்டு பிபிளியோதீக் நேஷனேல், எத்யுனிவர்சிட்டெயரில் உள்ளது. அந்த நூல் இணைப்பில் உள்ள கதையின் சாராம்சம் வருமாறு:

* தெய்வம் மாற்றத் தக்கது என்பது அவர்கள் பழமொழி. நகர நாற்சந்திகளில் இந்தப் பழமொழி செதுக்கப்பட்டிருந்தது.
** பாக்கியமேரி என்பது பாக்கியத்தாய்தான். ஏடு எடுத்து எழுதியவரின் கிறிஸ்தவப் பற்றால் மேரியாகியிருக்கக்கூடும்.

ஒற்றைக்கண் ராஜன் ராணியைச் சந்தித்த கதை வேறுவிதமானது. அதாவது ராணி ஓர் வீராங்கனையாக அங்குச் சித்திரிக்கப்படுகிறாள். அவ்வீராங்கனை ஒரு நாள் திடீரென அரசனின் காவல்மிக்க சயன அறையில் வாளுடன் நிற்கிறாள். அரசன் வேறு வழியின்றி அவளிடம் தன் உயிரை எடுத்துக்கொள் என்று தலை தாழ்த்தி நிற்கிறான். கண்களை மூடிக்கொண்டே பார்க்கும் பழக்கம்கொண்ட அவள் அவனது உயிரை எடுப்பதற்குப் பதில் தனது உயிரை அவனிடம் கொடுத்துவிட்டதாகக் கூறுகிறாள். இங்கு ஒரு பிரச்சினை வருகிறது. உயிரை எடுக்க வருகிறவள் உயிரைக் கொடுக்க எப்படித் திடீரென முன்வருகிறாள்? இதற்கு இரண்டு வித பதில்கள் தரப்படுகின்றன. ஒரு பதில் அவளது குருஇட்ட சாபம் அவனைக் கண்டதும் தீர்ந்தது என்பது; இரண்டாம் பதில் புத்தகப் பதிப்பில் இருப்பவர்களுக்கு மட்டுமே புரியும் விஷயமாகும். அதாவது அக்கதையின் ஏட்டில் செதிலரித்த பகுதியில் தான் அந்தக் காரணம் எழுதப்பட்டிருக்கிறது என்பது.

பாக்கியத்தாயும் பச்சை நிற ராஜனும் சந்தித்தது பற்றிய இந்த இரண்டாவது கதை ஒரு கற்பனைக் கதை என்ற எண்ணம் சில சரித்திர ஆசிரியர்களிடம் இருந்தது. வேறுசிலர், பாக்கியத்தாய் இடைச்சியாக இருந்தவள் என்ற கதையின் இன்னொரு 'பாடம்' தான் இது என்று கருத்து கொண்டிருந்தனர். கற்பனையாக இருந்தாலும், 'பாடமா'க இருந்தாலும் இது தெகிமொலாக்களின் மனங்களில் புகுந்து அவர்களின் மனத்தின் ஒரு பகுதியாகிவிட்ட கதை என்பதில் கொஞ்சமும் சந்தேகம் இல்லை.

○

4

காலத்தின் காய்கள் நகர்த்தப்பட்டன. பறவைகள், பூமியின் ரகசிய அறைகளிலிருந்து புதிய உயிர்க்களையுடன் வந்ததுபோல பறந்து வந்தன. மரங்கள் எல்லாம் பூத்து இதழ்கள் சிந்தின. அவை மரங்களின் அடிப் பகுதியில் உதிர்ந்து பூமியைப் பூமெத்தையாக்கின. ஒருநாள் பாக்கியத்தாயின் இரண்டாம் மகனான கவிஞன் காலை வேளையில் கதிரவன் கிரணங்களைப் பனிநீரில் அள்ளி இறைத்துக் கொண்டு வருகையில் இலை ஒன்றினிடையில் புதிதாய்த் தோன்றினான். இது அவர்களின் புராதன நூல்கள் கூறியபடி நடந்தது.

அப்படிப் புதிதாய்த் தோன்றியவன் புதிய ஒரு கனவு கண்டான். அது ஒரு பொற்காலக் கனவு. அந்தக்கனவு நிகழ்காலத்தையும் தாண்டி எதிர்காலத்திலும் நிலைக்க வேண்டும் என்பது கவிஞனின் ஆசை. அதனால் கவிஞன் வருத்தங்கள் அதிகமாகக் குவிந்துவிட்ட அக்கால எதார்த்தத்தைப் பார்த்து ஒரு நீண்ட கவிதையைப் படைத்தான். அது 'பூமியை ஒரு கவிதை வரியால் புரட்டிவிடுவோம்' என்று ஆரம்பித்தது. மொத்தம் 376 பத்திகள் (ஒவ்வொரு பத்தியும் நான்கு அடிகளும் சமமான சீர்களும் கொண்டதாகும்) உள்ள கவிதை அது. அவன் சாவையும் பூமியையும் மலர்களையும் அதுபோல் அவனது அழியாத கனவுகளையும் கவிதைக் குரிய பொருள்களாய் மாற்றியதும் அன்றுதான்.

பின்பு, எழுந்து தெரு வழியாக வசந்தத்தின் குயில்கள் கூவுகையில் அவற்றின் கூடு எங்கே என்று மனத்திற்குள் சர்ச்சை செய்தபடி அவன் நடந்தபோது, மாலையில் தன் கவிதைகளைக் கேட்க நகரமண்டபத்தில் கூடும் மக்கள் அவனது நினைவுக்கு வந்தனர். கவிதைகள் சொல்லி, அவர்களின் அறிவையும் மனத்தையும் ஆரோக்கியமாக வைக்க விரும்பினான்.

மீண்டும் வசந்தகால வானத்தைப் பார்த்தபடி சற்றுதூரம் நடந்தபோது தனக்கொரு பெயர் வேண்டு மென்று நினைத்த கவிஞன் தனக்குச் 'சொல்லின் பொருள்' என்று பெயர் சூட்டிக்கொண்டான்.

அதன்பின்பு மத்தியகால ஐதீக நூல் ஒன்றின் பாடல்கள் சொல்வதுபோல 'நினைவுகளுக்குள்ளும் பாதைக்குள்ளும்' நடந்து மக்களின் சபையை அடைந்தான். சபை மிகவும் முக்கிய பிரமுகர்கள் பலரைக் கொண்டிருந்தது. பல்கலைக்கழகத்தின் தெகிமொலா மொழி பற்றிய விற்பன்னர்களும் வந்திருந்தனர். ஒரு பல்கலைக்கழகம் சில தலைமுறைகளுக்கு முன்பு தெகிமொலா மொழிக்காகவும் இரண்டக மனநிலையைச் சார்ந்த தத்துவவியல் படிப்புக்காகவும் தொடங்கப்பட்டது. அக்காலத்திலேயே பல்கலைக்கழகம் தொடங்கியது தெகிமொலாக்களின் பழஞ்சொல் அகராதியும், அவர்களின் வம்சாவளிக்கு ஓர் அநுபந்தமும், 'ஆபத்பாந்தவன் அல்லது உத்தமப் போர் வீரன்' என்ற நூலும், போர்ச்சுகீஸ் தெகிமொலா துவிபாஷா நிகண்டு என்ற பழங்கால அகராதியின் முதல் 800 பக்க பதிப்பும் (இது பின்னால் நான்கு பதிப்புகள் 1680, 1700, 1760, 1800 ஆகிய ஆண்டுகளில் வந்தன) இந்தப் பல்கலைக்கழகத்தின் புகழ்பெற்ற வெளியீடுகள். பல்கலைக்கழகத்திலிருந்து கவிதை கேட்க சபைக்கு வந்தவர்கள், எத்தனை சதமான பழைய சப்தங்கள் கவிஞனை அறியாமலும், எத்தனை சதமான பழைய சப்தங்கள் அவன் அறிந்தும் வெளிப்படப் போகின்றன என்று கண்டுபிடிக்கக் காத்திருந்தனர்.

மொழித்துறையில் நான்கு பிரிவுகள் இருந்தன. சப்தத்தைப் பிய்த்தெடுத்து சப்தங்களுக்குள் பகைவர்களின் ஊடுருவல் நடக்கிறதா என்று ஆராயும் துறைதான் மொழித்துறையில் மிகவும் பிரதான மானது. புதிய ஒலிகளையும், புதிய சிந்தனைகளையும், பழமை யாக்கும் பழமை உற்பத்தித் துறையினர் அடுத்தபடியாக முக்கியத்துவம் பெற்றனர். இவர்கள், பழமையில் எல்லாமே உண்டு என்ற சித்தாந்தத்தைப் பரப்பும் பணியில் இருப்பவர்கள். இவர்கள் மிகவும் விழிப்புடன் வேலை செய்தனர். மூன்றாவது பிரிவினர் மொழிப் போர் பிரிவினர். இவர்கள் முதல் பிரிவினருடன் இணைந்து செயல்பட்டனர். சப்தங்களின் வழி பகைவர்களின் ஊடுருவல் நடப்பதை முதல் துறை கண்டுபிடித்ததும் 'மொழிப்போர்' பிரிவினர் போரை ஆரம்பித்துவிடுவார்கள். இவர்களின் போர்முறை சற்று வித்தியாச மானது. பகைவர்களின் கருத்துகள் என்று இவர்கள் கருதும் கருத்துகள் இருக்கும் புத்தகங்களைத் தடைசெய்ய மக்களைத் தூண்டுவதும் ஒளிந்திருந்து தாக்குவதும் இந்தப் பிரிவினரின்

செயல்பாடுகள். நான்காவது பிரிவினர், அடுக்குமொழிப் பிரிவினர். இவர்கள் அடுக்குமொழி வளர்ச்சிக்காகச் சொற்களை ஊர் ஊராய்த் தேடுபவர்கள்.

'செயல்பாடு' என்பது, இந்த நான்கு பிரிவினரையும் சார்ந்தது. நான்கு பிரிவினரும் அவரவர் திறமைகளையெல்லாம் பயன் படுத்திச் செயல்பாட்டில் ஈடுபட்டனர். அந்தச் செயல்பாடுகளின் முத்தாய்ப்பாக கோழி எப்படி முட்டைகளை இடுமோ, அதுபோல் பல்கலைக்கழகம் புதுமொழிகளை உருவாக்கியது. நான்கு பிரிவு களையும் இணைத்தவர் மொழித்துறைத் தலைவர். இன்னொரு விஷயமும் கூறித்தான் ஆகவேண்டும். அது அவ்வப்போது தெகிமொலா மக்களும்கூட பல்கலைக்கழகத்தைப் போலப் புதுப்புது மொழிகளை உருவாக்கும் திறமை பெற்றிருந்தனர் என்பது.

ஆக, இந்த நான்கு பிரிவினரும் 'சொல்லின் பொருள்' என்ற கவிஞனின் கவிதையைக் கேட்க வந்திருந்தனர். சில துறையினர் ரகசிய உளவாளிகள் மூலமும் சிலர் கோள்சொல்பவர்கள் மூலமும் செய்திகள் சேகரித்தனர்.

அடுத்து அங்கு நடந்ததைப் புராதன நூல்கள் இப்படி விளக்கு கின்றன.

'ராணியின் மைந்தன் மேடைக்கருகில் வந்ததும் மக்கள் அவனைக் குழுமும் அதே நேரத்தில் அவனை வார்த்தைகளும் குழுமின. மீண்டும் மீண்டும் மொய்க்கும் ஈயை விரட்டுவது போல் சொல்லின் பொருள் வார்த்தைகளை விரட்டினான். அவன் விரட்ட விரட்ட வார்த்தைகள் அவனை வேக வேகமாகச் சூழ்ந்தன. வார்த்தைகளின் வேகம் நிமிடத்திற்கு நிமிடம்கூட, பாதுகாவலர்கள் வந்து அவனைச் சூழ்ந்து நின்றனர். பாதுகாவலர்களையும் தாண்டி வார்த்தைகள் அவனது மூக்கிலும் கண் இமையிலும் வந்து சூழ்ந்தன. நெற்றியில் ஒரு பெரிய வார்த்தை வந்து தாக்கியபோது ஒரு குண்டு தன்னைத் துளைத்ததாக உணர்ந்தான் சொல்லின் பொருள்.

மக்கள் சொல்லின் பொருளைக் காப்பாற்றுங்கள் என்று முழக்க மிட்டதாக உணர்ந்தான். பல்கலைக் கழகத்தில் மொழியைக் காப்பவர்கள் அந்தக் களேபரத்தில் புறப்பட மூட்டை கட்டிக் கொண்டிருந்தனர்.

பின்பு சற்று நேரத்தில் மானசீகப் பாதுகாவலர்களும் அவனை விட்டுவிட்டுப் போக, அவன் வார்த்தைகளால் தாக்கப்பட்டு ஓர் அநாதை போல் கிடந்தான். வார்த்தைகள் அதிகம் பல்லைத்

தாக்கினவென்பது மறுநாள் தரையில் உதிர்ந்திருந்த பற்களின் மூலம் கண்டுபிடிக்கப்பட்டது.'

கேட்போன் கூற்று

ஏ! வரலாறு சொல்பவரே! கூறிடும், கூறிடும். யாருடைய வரலாறிது? தமிழ்நாட்டின் இன்றைய மொழித்துறை அறிஞர்கள்கதை போலவும் இது இருப்பதனால் யார் வரலாறிது? நிஜ வரலாறா? நிஜமெனில் யார்யாருடைய பெயரில் யார்யார் வருவது? சொல்லிடுக! சொல்லிடுக!! வரலாற்றின் குரலே!!!

சொல்வோன் கூற்று

ஏ வாசகரே! மொழித்துறை பற்றி நான் மொழிந்ததை வைத்து இது தமிழக வரலாறு என்கிறீர், தெரியும். நம் வரலாறு என்றால் 'ஐந்திரம்' என்னும் பழம்பெரும் நூலைக் கண்டதாய்ச் சொல்லி நடந்த நாடகம் பற்றியல்லவா சொல்வேன். பட்டி மண்டபம் பாங்குற ஏறி கோவலன், கண்ணகிக்குச் சிற்றப்பனா என்று பேசிடும் பல்கலைக்கழகப் பேராசிரியர்களைப் பற்றி அல்லவா சொல்வேன்.

ஆகையால் வாசகரே! வாசகரே! எந்த வரலாறென்று கேட்காதிங்குத் தொடர்வீர் கதையை! கருத்துடன் படியும்!! கடைத்தேற வழியைப் பாரும்!!!

o

5

இவ்வாறு புத்தகங்களிலும் கலைக்களஞ்சியங்களிலும் குறிக்கப் பட்ட விதமாகச் சில ஆண்டுகள் போனபின் ஒருநாள் மக்களாட்சி ஏற்பட்டது. அத்துடன் சட்ட சபையும் உருவானது.

அது பெரிய நிகழ்ச்சியாகக் கருதப்படவில்லை. அதன்பின் ஒருநாள் ராஜபோஜனம் நடந்தது. ராஜபோஜனம் ஆண்டுக்கொருமுறை அறுவடை தெய்வத்தை மகிழவைக்கும் பொருட்டு நடக்கும். அதற்காகப் பாக்கியத்தாய் தனது விசேஷ ஆடைகளைத் தேர்ந்தெடுத்து அணிந்திருந்தாள். பல மொழிகளை அறிந்திருந்த ராணி பலவித நாடுகளின் ஆடைகளை யும் விரும்பி அணிவது வழக்கம். இப்போது அவள் அணிந்த ஆடைகளுக்கும் ஆயிரக்கணக்கான ஆண்டுகளுக்கு முன்பு மெசபட்டோமியரால் செய்யப்பட்ட ஆடைவகைகளுக்கும் ஒற்றுமைகள் இருந்தன. பொதுவாகச் சொன்னால் இப்போது 60 வயதாகிவிட்ட ராணியின் ஆடை எளிமையானதுதான். சதுர வடிவ முள்ள சிறுசிறு துண்டுகளை அங்கி போன்ற ஆடையில் அதிகம் ஒட்டியிருந்தனர். அந்தச் சிறுதுண்டுகள் செம்மறியாட்டின் ரோமத்தால் மிகவும் இடம்விட்டு நெய்யப்பட்டிருந்தன. அவை பெரும்பாலும் சிவப்பு அல்லது நீலநிற சாயத்தில் வர்ணமூட்டப்பட்டிருந்தன. அங்கியின் சிறிய ஓரங்களில் வண்ண இலை தழைகளின் ஓவியத்தைக் காண முடிந்தது. அங்கி சிவப்பென்றால் ஓரம் மஞ்சளில் தீட்டப் பட்டிருந்தது. இந்த ஆடை பல ஆண்டுகளாக விசேஷ நிகழ்ச்சி களுக்காக மட்டும் பாதுகாக்கப்படுகிற ஆடையாகும். பச்சை ராஜனும் இதே போன்ற ஓர் அங்கியை அணிந்தான். பாக்கியத்தாய் அங்கியை அனாயாசமாக எடுத்து அணிந்தபோது பச்சைராஜன் ஆயிரமாயிரம் ஆண்டுகளாகப் பின்பற்றப்படும் முறைப்படி அங்கியை இடது புறமாக எடுத்து அணிந்தான்.

அதன்பின் அவர்களின் வழக்கப்படி ராணியை ராஜன் கைப்பிடித்து அழைத்து வரவேண்டும். அவ்வழக்கத்தைத் தகர்க்கும் மனநிலை

அவனுக்கு இல்லாததால் ராணியின் மூடிய இமைகள் வழி கண்களைக் கூர்ந்து பார்த்தான். அவள் முகத்தின் தோற்றத்தை வைத்து அவனுக்கு அவளுடைய மனதின் எண்ணங்களைப் புரிந்துகொள்ள முடியவில்லை. 'வலையில் மாட்டிக்கொண்ட மான்கள் வலையைக் கிழித்துக்கொண்டு ஓடுவதுபோல் இவளது முகம் என்ற பெரிய வலையைக் கிழித்துக்கொண்டு உணர்வுகள் என்ற மான்களே ஓடிவாருங்கள்' என்று மனதிற்குள் சொன்னபடி, பச்சை நிறமான தெகிமொலாக்களின் ராஜன் அவள் எதிர்பார்க்காத நேரத்தில் அவளது கையைப் பிடித்தான்.

அவள் என்ன செய்வாளோ என்று பயந்து அவளைப் பார்க்காது நின்றான் ராஜன். அவள் அந்நேரத்தில் தன்னை உதாசீனம் செய்தால் அவளைத் தக்கவிதத்தில் தண்டிக்க வேண்டும் என்று கெட்டுப்போன தன் மனதில் திட்டங்களும் சதிகளும் தீட்டத் தொடங்கிவிட்டான் அவன்.

ஆனால் அவன் எதிர்பார்க்காத ஒரு சம்பவம் அப்பொழுது நடந்ததைக் கண்டு அவன் வெலவெலத்துப் போனான். 70 வயதான அவனது கைகளைத் தன் இரு கைகளாலும் எடுத்து முத்தம் கொடுத்தாள் அந்த 60 வயதான அம்மணி.

நம்பமுடியாத அக்காட்சியைத் தன் கண்களைப் பலமுறை மூடியும் திறந்தும் ஆராய்ந்தான் பச்சைராஜன். இப்போது ராணிக்குத் திருமணமான புதிதில் நடந்த தன் கணவனைப் பற்றிய ஒரு சம்பவம் நினைவுக்கு வந்ததாகவும் அது கீழ்வருமாறு விளக்கப்படுவதாகவும் குலவரலாற்றில் செல்லரித்தவை போக இப்போது கிடைக்கும் அத்தியாயங்கள் கூறுகின்றன:

நிழலின் முலையில் பால் குடித்தவன் கதை

'தெகிமொலா சமூகம் பல சரித்திரக் காரணங்களாலும் பகைவர் படையெடுப்புகளாலும் பலவிதமான கலாச்சாரங்களுக்கும் ஆட்சி களுக்கும் அவ்வப்போது ஆட்பட்டது. எனவே அவர்களின் பாலியல் வாழ்க்கை விசித்திரமான பழக்கவழக்கங்களைக்கொண்டிருந்தது. ஆண்-பெண் உறவில் பல பிரச்சினைகள் இருந்தன. யாரோ ஒரு மாயக்காரன் வந்து கொதிக்கும் பானையில் அகப்பை விட்டுத் துளாவுவதுபோல் துளாவி மனங்களின் நினைவுகளைச் சரிசெய்தாலன்றி பாலியல் பிரச்சினைகளைச் சரிப்படுத்த முடியாது.

எனவே அவர்களுக்கு நேரடியான ஆண் பெண் உறவுகள்

சாத்தியமற்றதாகிப் போயிற்று. தெகிமொலா நாட்டில் ஆண்களும் பெண்களும் தங்கள்தங்கள் துணைகளைப் போன்ற மாயத் தோற்றங்களை ஏற்படுத்திக்கொண்டு காதல் செய்யவேண்டியவர் களாகிப் போன துரதிருஷ்டமான காலம் அது.

பாக்கியத்தாய் மணம் முடித்த முதல் இரவில் தன்னுடைய கணவனை எதிர்பார்த்துக் காத்திருந்தாள். அப்போது அரசன் ஒரு விநோதமான செயலில் ஈடுபட்டிருந்தான். அரசனைத் தேடி அவனது அறைக்குச் சென்ற ராணி அவன் செயலைப் பார்த்துத் திடுக் கிட்டாள். தன்னைக் கைப்பிடித்தக் கணவனுக்குப் பைத்தியம்தான் பிடித்து விட்டதோ என்ற அச்சத்துடன் அவன் செயல்களைக் கவனித்த சிறு பெண்ணான ராணி பயத்துடன் அரண்மனையில் உள்ள எல்லோரையும் அழைத்து வந்து காட்டி விளக்கம் கேட்டாள். அவள் அப்படி விளக்கம் கேட்கும்படி நடந்தது வேறொன்றுமல்ல. ஓர் அறையில் பல கண்ணாடிகள் எதிர் எதிராக இருந்தன. ஒரு கண்ணாடி அதற்கு எதிராக இருக்கும் கண்ணாடியின் நிழலைக்காட்டும் விதமாக அமைக்கப்பட்டிருந்தது. அந்தக் கண்ணாடியின் முன் அம்மணமாய் நின்று தனது நிழலோடு கொஞ்சிக் கொண்டும் குலாவிக் கொண்டும் நின்றான் பச்சைராஜன்.'

கதை இத்துடன் முடியவில்லை. மேலும் கீழ்வருமாறு தொடர்ந்தது.

'அப்போது ராஜனைச் சிறுவயது முதல் வளர்த்த செவிலித்தாய் தள்ளாடித்தள்ளாடி ஓடிவந்து பாக்கியத்தாயிடம் ராஜனின் சிறுவயதுக் கதை ஒன்றைக் கூறினாள். அந்தக் கதை கீழ்வருமாறு:

'அது ஒரு காலநிலை சரியில்லாத நேரம். குளிரும் வெயிலுமான நாள்கள் அவை. மனிதர்களின் குணமும் இரண்டு தன்மை கொண்டதாக இருந்தது. இன்று மனிதர்கள் எவ்வளவோ மாறி விட்டார்கள். அன்று அப்படி இல்லை. எனவே அந்தக் காலத்தில் ஒருபக்கம் குளிரும் இன்னொரு பக்கம் வெயிலும் மனிதர் குணத்தைத் தீர்மானித்தன. ஆண்கள் எதிர்பாராத வேளையில் கோபப்பட்டார்கள். எதிர்பாராத வேளையில் சமாதானமாக இருந்தார்கள். அந்த நிலை பெண்களையன்றி வேறுயாரைப் பாதிக்கும்? வீட்டில் இருப்பவர்கள் பெண்கள் இல்லையா? வீட்டில் இருக்கும் பெண்கள் கணவன்மார் வந்தவுடன் அவர்கள் குளிரின் குணம் கொண்டிருக் கிறார்களா, வெயிலின் குணம் கொண்டிருக்கிறார்களா என்று கண்டுபிடித்து நடந்துகொள்ள வேண்டிய கட்டாயத்தில் வாழ்ந்து கொண்டி ருந்தார்கள்.'

சற்று நிறுத்திவிட்டு நடுங்கும் தன் கைகளால் வாயிலிருந்து அவளது கட்டுப்பாட்டை மீறி வடிந்த வாய்நீரைத் துடைத்துவிட்டு மீண்டும் தொடர்ந்தாள் செவிலித்தாய்.

'இத்தகைய ஒரு பருவத்தில், மனிதர்கள் பெரும் பாடுபட்ட காலத்தில் பச்சைராஜன் பிறந்தான். இவனைப் பெற்ற தாய் இவனது முகத்திலிருந்து வந்த பிரகாசத்தைப் பார்த்து ஆனந்தப்பட்டாள். அப்படிப் பிரகாசம் வந்ததும் அறையிலிருந்த எல்லா விளக்குகளையும் அணைக்கச் சொன்னாள் என்றால் பாரேன். இவன் முகத்தைத் துணியால் மூடினால் மீண்டும் அறை இருட்டாகும். அப்படிப்பட்ட அதிசய மான பாலகன் இவன். நிறமோ பச்சை. அதிசயமான பாலகனாக இருந்தால் போதுமா? பச்சை நிறக் குழந்தை என்றாலும் பால் குடிக்க வேண்டாமா? கதையை வளர்த்துவானேன்? பாலில் தானே பிரச்சினை...'

'அப்புறம் அப்புறம்' என்று கதைகேட்கத் துரிதப்படுத்தினாள் இளம்பெண்ணான பாக்கியத்தாய். செவிலி சிரித்துக்கொண்டே தொடர்ந்தாள்.

'எல்லா வித்தைகளையும் செய்துபார்த்தார்கள். தாயின் மார்பைத்தொட்டுப் பால் குடித்தால்தானே! இந்தப் பாலகன் பால்குடிக்கவேயில்லை. ஆனால் குழந்தைக்குப் பசியும் இல்லை. அதுதான் விசித்திரம். அவ்வப்போது தன் விரல்களைச் சப்புவதைத் தவிர, அழுகையுமில்லை. வேறு ஒரு தொந்தரவும் இல்லை. மருத்துவர்கள் வந்து பார்த்தார்கள். குழந்தையிடம் எந்த ஒரு வித்தியாசமும் இல்லை. உள்ளுறுப்புகள் எல்லாம் சரியாக உள்ளன என்று ஆராய்ந்து பார்த்துக் கூறினார்கள். ஆனால் ஒருநாள், அரண் மனைக்கு ஒரு முதியவர் வந்து குழந்தையைப் பத்து நாள்களுக்கு மேல் உயிருடன் பார்க்கமுடியாது என்றார்.

தாயும் அரண்மனையில் உள்ளவர்களும் ஒரே குரலில் ஏன் என்று கேட்டனர்.

முதியவர் 'குழந்தை பால் குடிக்காவிடில் பத்து நாள்களில் செத்துவிடும்' என்றார்.

'என்ன செய்வது?' என்று அரசியும் அரசனும் முதியவரை வணங்கினார்கள்.

முதியவர் யோசித்தார். பின்பு ஒரு கண்ணாடி கொண்டுவரச் சொல்லி ராஜனின் தாயின் மார்பை இவன் முன்பு கண்ணாடியில் காட்டச்சொன்னார். அந்தப் பாலகன் கண்ணாடியில் தெரிந்த மார்பைப்

பார்த்ததும் அந்தக் கண்ணாடி நிழலில் பாய்ந்த காட்சி இன்று பார்த்தது போல் என் மனத்தில் பதிந்துள்ளது. அதன்பிறகு கண்ணாடி காட்டிக் காட்டி மெதுமெதுவாக நிழலை விலக்கி நிஜத்துக்குப் பழக்க வேண்டியதாயிற்று. பின்பு முதியவர் அரண்மனையிலிருந்து திடீரென்று மறைந்தார். இதைப் பாக்கியத்தாய் வாய்பிளந்தபடியே காதுகொடுத்துக் கேட்டாள். பின்புதான் செவிலித்தாய் பாக்கியத் தாயிடம் இப்படிக் கூறினாள்.

'அவன் நிழலின் மார்பில் பால் குடித்தவன். எனவே பயப்படாதே. நிழலிலிருந்து உன்னிடம் அவன் வர வெகுநாள்கள் ஆகாது.' இந்தக் கதை இவ்வாறு முடிந்திருந்தது. வேறுரெந்த விவரமும் ஏனோ காணப்பட வில்லை.

○

6

ராஜ போஜனம்

நாட்டின் ஆட்சி என்னவோ மக்களிடம் வந்துவிட்டாலும் மக்கள் ராணியிடமும் ராஜாவிடமும்தான் தங்கள் நம்பிக்கையை வைத்திருந்தனர். எழுபது வயதான ராஜனும் அறுபது வயதான ராணியும் ராஜ போஜன விருந்தில் கலந்துகொண்டது அன்றைய தினத்தில் மிகப் பெரிய சம்பவம். இந்த ராஜ போஜனத்தில் ராணியும் ராஜாவும் தங்களின் உணவு நேரத்தில் மக்களின் எதிர்பார்ப்பை ஈடேற்றும் விதத்தில் நடந்தனர். முன்னேற்பாட்டின்படி ராஜா தன் தள்ளாடும் வயதிலும் ராஜனுக்கான போஜன ஆடையுடன் போஜன அறையின் வெளிப்பக்கம் நோக்கித் துருத்திக்கொண்டிருக்கும் மூன்று முற்றங்களில், நடுவில் உள்ளதில் வந்து நின்றான். பின்பு, தெருவிலுள்ள மரங்களை, மற்றும் சாலைகளில் நகரும் ஆடுமாடுகளை நோக்கி, 'நீங்கள் எல்லோரும் உணவு உண்டீர்களா?' என்று கேட்டான். இதுபோல் இரண்டாம் முறையும் மூன்றாம் முறையும் கேட்டுப் பதில் வரவில்லை என்பதால் நாடு நன்றாக உணவு உண்டு சுகபோகத்தில் வாழ்கிறது என்று பாக்கியத்தாயிடம் கூறவந்தான். பின்பு ராஜா வெள்ளையாடையைத் தன் வயிறு வழியாகத் தொங்கவிட்டுக் கழுத்தில் அதனைக் கட்டுவதற்குரிய சிறுநூல்களால் கட்டினான். எங்கே உணவு சிந்தி தன் குலப்பெருமை பொருந்திய அங்கி நாசமாகிவிடுமோ என்று ராஜன் கவனமாக வந்து அமர்ந்தான்.

அதன்பின்பு பதினைந்து காடைகளும், பதினைந்து கவுதாரிகளும், பதினைந்து வான்கோழிகளும் தன்முன் வைக்கப்பட்டிருப்பதைப் பார்த்தான். இவற்றை ராஜன் உண்டபின் ராஜனுக்கு அவை போதவில்லை என்றும் இன்னும் அதிகம் சாப்பிடவேண்டும் என்றும் பலமுறை கடிந்துகொண்ட ராணி, தன் பேச்சுக்கு ராஜா செவிசாய்க்கவில்லை என்றறிந்தாள். உணவு முடிந்த பின் ராஜனிடம்

தக்கபடி உணவு உண்பதுதான் அவனைப்போன்ற பச்சைநிற ராஜனைப் பாதுகாக்கும் ஒரே அரண் என்றாள்.

இப்போதும் அரசன் ஏதும் பேசாமலேயே கை கழுவினான்.

கைகழுவும்போது ராஜன் செய்த செயல் ராணியை மீண்டும் அதிருப்தியுற வைத்தது. ராஜனுக்கு ஒரு வாரத்தின் ஏழு நாள்களில் கைகழுவ ஏழு பேஸின்கள் உயர்ரக சீனப் பீங்கானால் செய்யப் பட்டுப் பொருத்தப் பட்டிருந்தன. செவ்வாய்க்கிழமை பயன்படுத்த வேண்டிய பீங்கானை ராஜா புதன்கிழமை பயன்படுத்தினான். இது தோற்றத்துக்குச் சிறு ஒழுங்கீனமாக இருந்தாலும் ராணி இதனடிப்படையில் ஒரு ராஜ வம்சத்தின் அழிவுக்கான விதைகள் இருந்ததாகக் கருதினாள். எனவே இப்படிக் கூறினாள்:

'உங்கள் அசிரத்தைகளால் இப்படி இப்படியே ஒழுங்குமுறையை ஒன்றன்பின் ஒன்றாக உதாசீனப்படுத்தினால் நம் பரம்பரை மிக விரைவில் அழிந்துவிடும். என்னைவிட இந்தப் பரம்பரையைக் காக்கும் பொறுப்பு உங்களுக்கு அதிகம் உண்டென்பதை நினைவில் கொள்ளுங்கள்.'

இந்தப் பேச்சு எந்தவிதப் பாதிப்பையும் ராஜனிடம் ஏற்படுத்த வில்லை. ஆகவே அவன் பேசாமல் இருந்தான். அப்படி அரசனை லேசில் விட்டுவிட மனமில்லாத ராணி தொடர்ந்தாள்:

'உங்கள் இளம்வயதில் என்னைவிட உயர்ந்த ஒழுங்கு உடையவராக இருந்தீரே! யார் திருடிப் போனார்கள் அந்த ஒழுங்கை? எந்தப் பகைவனின் சாபத்தால் இப்படி நடந்துகொள்கிறீர்கள்?'

சற்றுநேரம் கழிந்தபின்னும் அரசனிடமிருந்து எந்தப் பதிலும் வரவில்லை. அப்போது ஓர் அழுகைக்குரல் கேட்டதை அறிந்த அரசன் நிலைமை கட்டுக்கடங்காமல் போகலாம் என்று உஷாரானான்.

'நான் அழுதும் அரற்றியும் பேசியும் என்ன பயன்? என்னை இந்த அரண்மனையில் யார் பொருட்படுத்துகிறார்கள்? அப்படிப் பொருட்படுத்துகிற ஒருவர் இருந்தால் குழந்தை சொல்லின் பொருள் ஆட்சிக்கு வந்திருக்கமாட்டானா? என்று தன் மனதில் பல ஆண்டுகளாக இருந்த வேதனையை எல்லாம் ராணி கொட்டினாள். அவளுக்கு இன்னொரு மகனும் மகளும் இருப்பது சுத்தமாய் மறந்துபோனதால் அவர்களைப் பற்றிய நினைவுகள் வரவில்லை.

அரசன் அப்போது கவனிக்கும்படியான ஒரு காரியத்தில் ஈடுபட்டிருந்தான். அதாவது தன் கையில் ஏன் ஐந்து விரல்கள்

30 ❋ சரித்திரத்தில் படிந்த நிழல்கள்

வந்துள்ளன என்ற கேள்வி அவனை ஆக்ரமித்திருந்தது. மீண்டும் மீண்டும் வலதுகையையும் இடதுகையையும் மாற்றிமாற்றி ஆச்சரியத்தோடு பச்சைநிற ராஜா பார்த்துப் பார்த்துப் பரவசம் கொண்டான்.

புலம்பிக் கொண்டிருந்த ராணி அவனை ஏறெடுத்துப் பார்த்து அவனது முகத்திலிருந்த சந்தர்ப்பத்துக்குப் புறம்பான உணர்வைக் கண்டு கொதிப்படைந்தாள்.

'என்ன பார்க்கிறீர்?' என்றாள் அதட்டலாக.

எதையோ நினைத்தவனாக அவன் இப்படிக் கேட்டான்:

'கைக்கு ஏன் ஐந்து விரல்கள்?'

தன் கண்ணிமைகளை மூடி அவனை வெறித்தபடியே பார்த்த ராணியின் முகத்தில் கோபம் கொஞ்சம் கொஞ்சமாக ஏறிக்கொண்டே போனது. ஒரு 'பாட்டிலில்' நீர் விடவிட அதன் அளவு கூடிக்கொண்டே போவது போல் அவள் கோபம் கூடிக்கொண்டே போனது முகத்தில் தெரிந்தது. திருமணமான இந்த நாற்பது வருடங்களாக இவளது கோபத்தைப் பார்த்து அதனை அதன் பல்வேறு நீள அகலங்களில் புரிந்தவனாகையால் அவள் கோபத்தின் எல்லையைத் தாண்டி விட்டாள் என்றறிந்தான். உடனே அவசரமாகப் பணிப் பெண்டிரை அழைத்தான். அப்போதுதான் அந்த மாற்றம் அவளுடலில் ஏற்பட்டது. செத்த பெருச்சாளி எப்படி நீரில் விழுந்தால் உப்புமோ அப்படி ராணி உப்ப ஆரம்பித்தாள்.

அவசரஅவசரமாக நெருக்கடிக்கான சங்கேதமணிகள் அடிக்கப் பட்டன. ஆள்கள் அரக்கப்பரக்க எல்லா திசையிலும் ஓடினார்கள். அரண்மனையை நோக்கி ஆங்கில மற்றும் உள்நாட்டு மருத்துவர் களின் 'கோச்' வண்டிகள் பாதைவழிகளில் போக்குவரத்தை ஸ்தம்பிக்க வைத்தபடி ஓடிக்கொண்டிருந்தன. போக்குவரத்தை ஒழுங்குபடுத்தும் காவலர்கள் தங்கள் திறமைகளை அதிக லாவகத் துடன் பிரயோகிக்க வேண்டியிருந்தது.

மருத்துவர்களின் வண்டிகள் அரண்மனையை நெருங்குவதும் ராணி உப்பிப்போய் அறையில் மேலும் வழியில்லை என்பதால் நாடி நரம்புகள் செயலற்று மயங்கி பிரக்ஞையற்று விழுவதும் ஒரே நேரத்தில் நடந்தன. அவள் கண்கள் அசையாமல் சற்று வெளித் தள்ளியபடி நிலைத்திருந்தன. வயிற்றுப்பகுதி ஒரு பெரிய கொல்லன் பட்டறைத் துருத்திபோல மேலும் கீழும் அடித்தது. அதிலிருந்து உயிர் முற்றாய் போய்விடவில்லை என்று மருத்துவ அறிவு அதிகம்

சரித்திரத்தில் படிந்த நிழல்கள் ✦ 31

இல்லாவிட்டாலும் ராஜன் கண்டுபிடித்தான்.

ராஜன் மருத்துவர்களைப் பார்த்து 'ஒரு கோட்டை போல் நின்று நீங்கள் இந்த அரசியின் உயிரைப் பாதுகாக்க வேண்டும்' என்று ஆணையிட்டான். அப்போது அவனது பச்சை நிறமுகம் சலனமற்ற அழகிய பச்சைவர்ணம் பூசப்பட்ட பொம்மை போல் காணப்பட்டது.

கற்பனைகளில் 108 வகைகளைக் கூறும் 'கற்பனா லங்கார சிரோமணி' என்ற நூலை எழுதிய குணவீர பண்டித ஜெகந்நாத முனையரையர் என்ற கவி பச்சை ராஜனின் அந்த ஆணையைத் தன் நூலில் இவ்வாறு குறிக்கிறார்.

'அரசனின் ஆணையானது அவன் அங்கிருந்து போன பின்பும் தன் கையில் ஒரு வாளுடன் அரசியின் உடல்கிடந்த அறையில் மிகக் கொடூரமாகச் சுற்றி வந்துகொண்டிருந்தது.'

ராணியான பாக்கியத்தாய் அறை முழுவதும் உடலாய் ஊதிப்போன செய்தி, மக்கள் ஆங்காங்கு கூட்டம் கூட்டமாய் அமர்ந்து பீடிகுடித்து நேரத்தைக் கடத்திக்கொண்டிருந்த இடங்களில் பரவியது. அந்த மக்கள் அப்படி நேரம் போக்குவதில் ஆணும் பெண்ணும் வித்தியாசமின்றி இருந்தனர். அவர்களுக்கு நேரம்போக்க பலவித வசதிகள் தெகிமொலா குடும்ப அமைப்பில் இருந்தன.

குடும்பங்களில் இன்றும் பெரியவர்கள்தான் குடும்ப விஷயங் களில் தீர்மானங்களை எடுத்தார்கள். அத்தகையக் குடும்பத் தலைவர்கள் மதிக்கப்பட்டாலும் அவர்கள் இன்றைய நிலைமையைப் புரியாதவர்கள் என்ற குற்றச்சாட்டுக்கு எப்போதும் ஆளாகியே இருந்தனர். நேரம் போக்க, இப்படிக் குடும்பத் தலைவர்களைக் குறை கூறுவதை எல்லோரும் பொதுவாக மேற்கொண்டனர். அதுபோல் தெருக்களின் அசுத்தமும் உடைந்துபோன குழாய்களிலிருந்து மனித அசுத்தமும் எங்கும் பரவுவதையும் பேசினார்கள்.

இப்படிப்பட்ட தெகிமொலாக்களுக்கு அவர்களின் அன்னை ஓர் அறையினளவு உப்பிவிட்டாள் என்ற செய்தி முதலில் வெகு உற்சாகத்தைக் கொடுத்தது என்பதுதான் உண்மை. அவர்கள் ஆடவும் பாடவும் ஆரம்பித்தனர். 'உடல் உப்புவது கண்டு ஏன் இப்படி ஆனந்தப்படுகிறீர்கள்?' என்று ஒருவர் கேட்க, விஷயம் ஆனந்தப் படுவதற்குரியது அல்லாதது என்று புரிந்தனர் மக்கள். தங்கள் தங்கள் நேரப்போக்குகளையும் வம்புப் பேச்சுகளையும் உடனடியாக அப்படி அப்படியே விட்டுவிட்டு ராணியின் மாளிகையை நோக்கிச் செல்லும் பிரதான சாலைகளில் போய்க் குவிந்தனர்.

ராணியைத் தங்கள் தேசத்தின் தாயாக நினைப்பது புராதனக் காலத்திலிருந்து வழிவழியாக அம்மக்களுக்குப் போதிக்கப்பட்டிருந்தது. ராணியின் ரத்தத்தின் ஒரு துளியாகிலும் தங்கள் ரத்தத்தில் கலந்திருக்கிறது என்பதான இரண்டாயிரம் ஆண்டு வயதான பொய் ஒன்றை (இதுபற்றி விளக்கும் நாடோடிக் கதைப் பாடல் இவர்களின் முதல் தலைவனால் எழுதப்பட்டது என்ற நம்பிக்கையும் உண்டு) எல்லோரும் நம்பினார்கள். அந்த ஆயிரத்திற்கும் குறைவான தெகிமொலா மக்கள் மனங்களில் அந்தப் பொய் பதிந்திருப்பதால் பழங்காலத்திலிருந்தே வரும் ரத்த உறவால் உந்தப்பட்ட மக்கள் மாளிகையின் முன் சென்று குவிந்தனர்.

ராணி திடீரென்று உப்ப வேண்டுமென்றால் தக்க காரணம் இருக்கவேண்டும் என்ற தர்க்க அறிவு மக்கள் மத்தியில் எழுந்தது. அவர்கள் தீவிரமாக யோசிக்கலானார்கள். அவர்களின் சொந்த யோசனையின் விளைவாகவும் காதில் விழுந்த செய்தியாகவும் இரண்டு வித முடிவுகள் தோன்றின.

ஒன்று, பாக்கியத்தாய் வருவதற்கு முன்பு ஆட்சியிலிருந்த ஏதோ ஒரு ராணி, யாரும் எதிர்பார்க்காத போது தூக்கத்திலேயே இறந்துபோனதால் அவளின் பேய் பிடித்திருப்பதால் இவள் உப்பியிருக்கிறாள். பின் எப்படி இவ்வளவு பெரிதாய் உப்பமுடியும்?

இரண்டாவது விஷயத்தில் ஓரளவு உண்மையிருந் தாலும் மக்கள் அவதூறு நோக்கத்தோடு பரப்பப்பட்ட செய்தி என்றனர். அவர்கள் அதனை அதிகம் வேதனையோடும் கண்டனத்தோடும்தான் எடுத்துக் கொண் டார்கள். அந்தச் செய்தியைப் பரப்பியதில் படைத் தலைவன் தொண்டைமானுக்கு ஒரு பங்கு உண்டு என்றனர் மக்கள். அந்தச் செய்தி, ராணி உப்ப ராஜாவின் நடத்தைதான் காரணம் என்பது.

மக்கள் கூட்டம் கூடியது பற்றிய விவரங்கள் அதிக மான மிகைப்படுத்தல்களே (பொதுவாய் மிகைப்படுத்துதல் அக்கால வரலாறுகள் எல்லாவற்றிலுமே காணப்பட்டது) கீழ்வரும் செய்தி அதற்கோர் எடுத்துக்காட்டு.

'கூட்ட நெரிசலால் மக்களின் தலைகள் ஆங்காங்கே அறுந்து தெறித்தன. சிலரது காதுகள் அறுத்தெறியப்பட்டன. வேறுசிலர் விரல்களை இழந்தனர். கால்களும் கால்விரல்களும் கூட தெருக்களில் கிடந்தன. கோஷம் எழுப்பிய குரல்கள் மட்டும் வெறியுடன் மேலும் மேலும் உரக்க உயர்ந்துகொண்டே போயின. அப்படி மேலே எழுந்த ஒரு குரல் இரண்டு இறகுகளுடனே பறந்து பலவித வர்ணங்களாய்ப் பாடிற்று.'

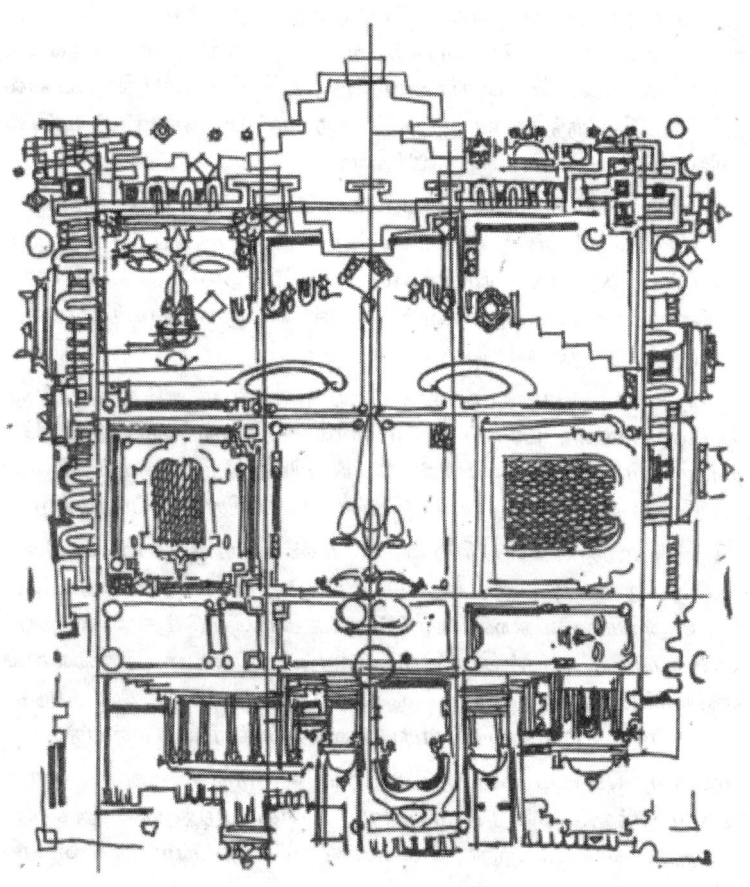

இன்னொரு மிகைப்படுத்தப்படாத எண்ணமும் உப்பிய பாக்கியத்தாய் பற்றி மக்களிடம் இருந்தது. 'தாயின் அறிவு என்ன இருந்தாலும் இவ்வளவு தூரம் பெருகக்கூடாது. அவள் அறிந்து வைத்திருக்கும் உலக மொழிகள் அப்படிச் சக்தி இல்லாதவையா என்ன? ஒவ்வொரு மொழியும் தாயின் வயிற்றிலுள்ள திரவத்தில் கிடந்து நீரில் விழுந்த காய்ந்த மட்டை உப்புவதுபோல் உப்பி யிருக்கிறது. எனவே தாய் தண்ணீர்க் குடிப்பதை இனி விட்டுவிட வேண்டும்.'

அப்போது கூட்டத்தை நோக்கி ஒருவன், 'அந்த ஒற்றைக் கண்ணன்தான் நம் தாயை உப்பவைத்தவன் என்ற செய்தி உங்களுக்குத் தெரியுமா?' என்று கேட்டான். அவன் ஒற்றைக்கண்ணன் என்று கூறியது பச்சை ராஜனைத்தான் என்பது எல்லோருக்கும் புரிந்தது. திடீரென ஒரு பெரிய மௌனம் ஆட்கொண்டது. தலைகள் கூட்ட நெரிசலில் அறுபட்டபோதும், கால் களும் செவிகளும் அறுந்தபோதும் கலவரம் அடையாத மக்கள் இப்போது அப்படியொரு அதிர்ச்சிக்கு ஆளானார்கள். தங்களுக்கு ஏதோ நேரப்போகிறதென்று கணநேரத்தில் உணர்ந்தார்கள். அங்குக் கூடியிருந்த ஒவ்வொருவருக்கும் கடந்த ஐம்பது ஆண்டுகளில் பாக்கியத்தாய்க்கும் பச்சைராஜனுக்கும் நடந்த சண்டைகளும் சச்சரவுகளும் தெரிந்த விஷயம்தான். ஆனால் அவர்களை அதிர்ச்சிக்குள்ளாக்கியது இந்த விஷயத்தை இப்படிப் பொது மக்களுக்கு முன்பு ஒருவன் போட்டு உடைத்தான் என்ற உண்மைதான். ஏனென்றால் தெரிந்துகொள்வதையெல்லாம் பேச முடியுமா என்ற அடிப்படையான ரகசிய சித்தாந்தம் அவர்களில் எல்லோர் மன அமைப்பிலும் உறைந்துபோயிருந்தது.

பின்பு மக்கள் அந்த மௌனத்திலிருந்து இரண்டு மூன்று நாள்களுக்கு விடுபட முடியவில்லை. அதே நேரத்தில் பல்கலைக் கழகத்தவர்களும் மொழித்துறை யினரும் தாய்மீது பாசுரங்கள் பாடி அவற்றை எடுத்துக் கொண்டு அரண்மனைக்கு முன்பிருந்த நீண்ட மக்கள் வரிசையில் வந்து நின்றனர். தாயின் புதிய உடலுக்குத் தக்க சோளி ஒன்று தைப்பதில் நகரத்தின் எல்லா தையல்காரர்களும் ஈடுபட்டிருந்தனர். தங்கள் கனவு களில் வந்த தாய் சோளி பற்றிய அளவு விவரத்தைக் கூறியதாய் மக்களுக்குக் கூறினர். எல்லா தையல்காரர் களும் தாய்க்குச் சோளி தைப்பதில் ஈடுபட்டிருந்த போது நகரின் நேர்மையான தையல்காரர் என்று கருதப்பட்ட ஒருவர் சிறியதொரு சாதாரணமான சோளியை ராணிக்காகத் தைத்தார். காரணம் கேட்ட போது இப்படிச்சொன்னார்: 'அவர்கள் எல்லாம்

பொய்த்தோற்றத்திற்குச் சோளி தைக்கிறார்கள். நான் எனக்கிருக்கும் பெயரைக் காப்பாற்றவேண்டும். தாயின் நிஜமான தோற்றத்திற்கு நான் சோளி தைக்கிறேன்.'

இவ்வாறு பொய் மற்றும் நிஜம் பற்றிய ஒரு சர்ச்சை தையல் காரர்களின் அரங்கில் காரசாரமாக எழுந்தது.

மருத்துவர்களில் ஆங்கில மருத்துவர்கள் கால் பக்கத்திலும் தெகிமொலா மருத்துவர்கள் தலை மாட்டிலும் அமர்ந்திருந்தனர். தங்களுக்குப் போதிய மதிப்பு தராததால்தான் தங்களைக் கால்மாட்டில் மருத்துவம் செய்ய அரண்மனை அதிகாரிகள் கூறினர் என்று ஒரு மனவேதனை ஆங்கில மருத்துவர்களுக்கு இருந்ததைக் கூறித்தான் ஆகவேண்டும். அவ்வாறு தெகிமொலா மருத்துவர்கள் தலைப் பாகத்திற்குச் சிகிச்சை செய்ய, ஆங்கில மருத்துவர்கள் கால்பாகத்திற்கு மருத்துவம் செய்தனர்.

தெகிமொலா நாட்டு மருத்துவர்கள் உடல் முழுவதையும் பரிசோதனை செய்யவேண்டும் என்ற போது ஆங்கில மருத்துவர்கள் அவர்களைக் கேலி செய்தனர். தெகிமொலா மருத்துவர்களில் ஒரு பிரிவினர் தாயின் உடலின் கீழ் விரித்திருக்கும் துணிதான் அவள் உடல் உப்பக்காரணம் என்று நம்ப, இன்னொரு பிரிவினர் ஒரு வாக்கியம் தாயின் குரல்வளையில் போய் மாட்டிக்கொண்டது என்றனர். இந்தக் கூற்றைத் துபாஷிகள் தலையில் தொப்பிகள் வைத்தபடி ஆங்கில மருத்துவர்களுக்குக் கூறினர். துபாஷிகள் கூறியதால் மட்டுமே புரிந்துகொண்ட ஆங்கில மருத்துவர்கள் தெகிமொலாக்களின் இந்த அபத்தமான கூற்றைப் பரிகாசம் செய்யும் விதமாக ஒரே நேரத்தில் சிரித்தனர்.

ஆங்கில மருத்துவர்கள் தாயின் உடலைப் பரிசோதனை செய்தாலன்றி நோயின் காரணத்தைக் கூறிவிட முடியாதென்றனர். எனவே அவர்கள் உடலைத் தூக்கி முதன்முதலில் எவ்வளவு எடை உள்ளது என்று கண்டுபிடித்தே ஆகவேண்டுமென்றார்கள்.

அதற்காகத் துறைமுகத்திலிருந்த பெரும்பாறை களைத் தூக்கும் இயந்திரங்களை அரண்மனைக்குக் கொண்டுவர வேண்டுமென்று அதிகாரிகளுக்கு ஆணை பிறந்தது. இந்த ஆணை தன் மூலம்தான் போக வேண்டுமென்பதில் படைத் தலைவனான கருணாகரத் தொண்டைமான் மிகவும் அக்கறையாக இருந்தான். ஏனென்றால் அவனுக்குப் பச்சைராஜன் மீது தொடர்ந்து பகைஉணர்வு கூடிக் கொண்டே வந்தது.

ஒற்றைக்கண் பற்றிய ஒரு புராதனக் கதை

இந்தக் காரியங்கள் இங்கு நடந்துகொண்டிருந்தபோது பல்கலைக் கழகத்தில் புழுதிக்கிடையில் ஒரு நூலைத் தேடிக்கொண்டிருந்தார் ஒரு சரித்திரப் பேராசிரியர். தேடிய புத்தகம் பல பாடபேதங்களைக் கொண்டது. அவர் தேடிய புராதனச் சான்று வேறு ஏதுமில்லை. பச்சைராஜனின் ஒரு கண் எப்படிச் சேதமுற்றது என்பதற்கான ஆதாரம்தான். அந்தச் செய்தியைப் பேராசிரியர், 'அஷ்டாங்க ஸம்ஹித்' என்னும் ஹேமராஜ பண்டிதரின் 'வித்யோதினி பாஷ்யம்' என்ற மருத்துவ சாஸ்திரம் பற்றிய நூலில் கண்டார். அந்த நூல் அக்காலத்தில் மருத்துவ நூல்கள் பலவற்றையும் போல் மிகவும் கறாரான யாப்பில் செய்யுள் வடிவில் காணப்பட்டது. யானையின் தோற்றத்தில் இருப்பவனும் அதே நேரத்தில் அதிகம் உணவு உண்பவனும் என்ற அடையாளங்கள் கொண்ட ஒரு தெய்வத்தின் பெயரைச் சொல்லிப் பதினொன்று வர்ணனைகளுடன் ஆரம்பமானது அந்த நூல்.

பல விசித்திரங்கள் அந்நூலின் செய்திகளில் காணப்பட்டன. வானசாஸ்திர மற்றும் நீர்த்தாவரங்கள் பற்றிய முதல் இரண்டு பகுதிகளுக்குப் பின்னிணைப்பாக சுமார் நூற்றைம்பது பக்கங்களில் மருத்துவச் செய்திகள் காணப்பட்டன. அந்த நூலைப் படிப்பவர்களின் மனங்களும் கைகளும் சுத்தமானவர்களாக இருக்கவேண்டும் என்று அதன் முன்னுரையில் வேண்டுகோள் விடப்பட்டிருந்தது. தெகிமொலாக்களின் சரித்திரம் கி.பியிலிருந்துதான் தொடங்கியது என்று தைரியமாகக் கூறிய தன்னைவிட மனமும் கைகளும் சுத்தமானவன் வேறுயார் இருக்க முடியும்? என்று மெதுவாய் தனக்குத்தானே கூறியது போல் சொல்லிக்கொண்டார் பேராசிரியர். பின்கைகளைத் தட்டிச் சுத்தம் செய்துவிட்டுப் பல ரகசியங்களைக் கண்டு பிடித்த தனது கண்ணாடியை அணிந்து படிக்கலானார். அவர் அப்படிப் படித்த கதை பின்வருமாறு:

'அன்றையதினம் படைகளின் அணிவகுப்பு, மிகுந்த வெப்பம் கொண்ட ஒருநாளில் நடந்தது. வெப்பம் மனிதர்களின் மனம் மற்றும் உள் அசுத்தங்களைப் போக்க வல்லதாகையால் யாரும் வெப்பத்தைப் பொருட்படுத்தவில்லை. வழக்கம்போல் அணிவகுப்பு தினத்திற்கு முன்கூட்டியே அந்த நாடு செய்வதுபோலவே அன்றும் காலையிலேயே எல்லோரும் குளித்தனர். அலுவலகங்கள் அன்று விடுமுறை யாகையால் மக்கள் கைகளில் குழந்தைகளைத் தாங்கியபடி அணிவகுப்பு தினத்தைப் பார்க்க வந்தார்கள். சுமார் இரு

பர்லாங்குகள்* நீளமான புராதன மாளிகையிலிருந்து ராஜா அணிவகுப்பு தின ஆட்டம் பாட்டங்களையும் தனது நாட்டின் படைகளையும் பார்வையிட வேண்டும்.

ராஜா முதன்முதலில் புராதன மாளிகைக்கு வந்ததும் ஒரு பர்லாங் தூரம் இருந்த மக்கள் பெரிய ஆரவாரம் செய்தார்கள். அதன்பின்பு கரடுமுரடான சப்தத்துடன் நெடுஞ்சாலை வழியாக பீரங்கி வண்டிகள் உருண்டன. வீரர்கள் பொம்மைகள் போல பீரங்கி வண்டிகளின் பின்பக்கம் நின்று ராஜனைப் பார்த்து இடதுபுறமாக முத்தைத் திருப்பி, உடலை நேராக வைத்தபடி நாட்டு வழக்கப்படி வணங்கியபடி சென்றனர். இப்படிப் பல பீரங்கி வண்டிகள் போவதுவரை அரசன் ஒரு கையைத் தூக்கியபடி நின்றான். திடீரென்று அவனுக்கு ஓராலோசனை மனதில் தோன்றியது. தன்னை மட்டும் இப்படிக் கையைத் தூக்கிக்கொண்டு நிற்க வைக்கிறார்களே, இது படைத் தளபதியான கருணாகரத் தொண்டைமானின் சதியோ? இந்த எண்ணம் மரத்தி லிருந்து ஒரு பழம் தரையில் விழுவதுபோல் அவன் மனத்தினுள் விழுந்தது. உடனே கையைப் பட்டென்று கீழே போட்டான் பச்சை நிற ராஜன்.

அதே கணம் ஒரு சப்தம் கேட்டது. தூரத்தில் பீரங்கிவண்டியில் போய்க்கொண்டிருந்த ஒரு தளபதி அரசன் கையைக் கீழே போட்டதால் பயந்து தன் கையிலிருந்த துப்பாக்கியின் குதிரையைத் தன்னை யறியாமல் அழுத்தினான்.

அதன்பிறகு அந்த அணிவகுப்பு தினவிழாவில் நடந்தது பற்றி ஒவ்வொரு சரித்திரக்காரரும் வேறுபடு கிறார்கள். அவர்கள் வேறுபடும் இடங்கள் பற்றிய நீண்ட விவரங்கள் சரித்திரத்தின் தகவல்களின் துல்லியத் தன்மை பற்றிக் கவலைப்பட்டவர்களுக்கு மட்டுமே தேவையானவை. ஆனால் எல்லோரும் தெரிந்துகொள்ள ஆவலாய் இருக்கும் சம்பவங்கள் பற்றிய விஷயத்தில் பல சரித்திரக்காரர்கள் ஒன்றுபடுகிறார்கள். துப்பாக்கி வெடித்த சப்தம் கேட்டபின் மக்கள் அசாதாரண மனஉறுதியுடன் இருந்தனர். பயபீதி உண்டாக வில்லை. அவர்கள் ராஜனின் இடதுகண் இருந்த இடத்தில் கொஞ்சம் ரத்தமும் சதையும் தென்பட்டதைக் கண்டனர். உடனே அரசன் வலது கண்ணால் உலகைப் பார்த்துத் தனது அடுத்த கையைத் தூக்கியபடி 'சல்யூட்' அடித்துக்கொண்டு அப்படியே நின்றான்.

* இது புராதன நூலில் புகுந்துள்ள பிற்காலச் சொல்.

பின்புதான் தெரிந்தது, துப்பாக்கி வெடிபட்டதால் ராஜனின் பிரக்ஞை கெட்டுவிட்டதென்பது. எல்லோரும் போல் கீழே விழாமல் பிரக்ஞை கெட்டதும் அவன் ஒரு தானியங்கி எந்திரம்போல் அவனது மறுகை தானாகவே உயர்ந்து சல்யூட் அடித்தது. அதன் பின்பு ராஜன் வாயிலிருந்து வந்தவை அராசங்கத்தில் உடனடியாக நடைமுறைப் படுத்தப்பட்டன. ஏனெனில் இறைவனின் அம்சமாக அரசனை மக்கள் நம்பினார்கள் என்பதோடு, அரசனால் பிரக்ஞையற்ற வேளையில் கூறப்படுவதெல்லாம் உடனடி நிறைவேற்றப்பட வேண்டும் அல்லது நாடு கொடுமையான நோய் களுக்கு ஆளாகு மென்றும், பஞ்சம் வரும் என்றும், நட்சத்திரங்கள் மழையை அனுமதிப்பதில்லை என்றும் மக்கள் நம்பினார்கள்.

எனவே கீழ்க்காணும் காரியங்கள் உடனடியாகவே செய்து முடிக்கப்பட்டன.

1. மெழுகாலான ஒரு பொம்மை செய்யப்பட்டு அதன் கால் பதிக்கப்பட்ட பகுதியில் ‘தெய்வ முண்டு தெய்வமுண்டு’ என்று எழுதப்பட்டது.
2. நகரங்களின் நாற்சந்திகளில் பெரிய அறிவிப்புப் பலகைகளில் ‘ஸ்வஸ்திகா’ அடையாளம் தென்பட்டது.
3. ஒரு ராட்சத மிருகத்தைத் திரைச்சீலையில் தீட்டி நெருப்பிட்டனர்.
4. செம்பருத்திப் பூ வடிவத்தில் உள்ள ஒலிக்கும் பல மணிகளைத் தாமிரலோகத்தில் செய்து பத்துப் பாழ்மண்டபங்களில் தொங்கவிட்டனர்.’

பேராசிரியர் நூலின் மற்ற பகுதிகளைப் படிக்கவில்லை. காரணம் அவை மந்திரவாதச் செயல்களில் பல்லியின் வால் பயன்படும் விதம் பற்றி விரிவாகப் பேசலாயிற்று

இந்த நிகழ்ச்சிகள் அரசனுக்கு 20வது வயது நடந்து கொண்டிருந்த போது நிகழ்ந்தவையாகும்.

சொல்வோன் கூற்று

அய்யா வாசகரே! வாசகியே! அயராமல் சரித்திரக்கதை ஒன்று படித்து வருகிற உமக்கு, ராணி உடல் பருத்துப் போனதால் வருத்தமா, மகிழ்ச்சியா? கதை நடுவில் யாரிவன் என வைகிறீர். தெரிகிறது.

ஆனால் ஒன்று, ஆச்சரியப்படாதீர்கள். நான் நேற்றுக் கடைத் தெருவில் போகையிலே ஒரு கதை சொன்னான் கிளி ஜோஸ்யன்.

அவன் கதையில் ராணி உண்டு, என் கதையைப் போல. அவனது ராணி 'நல்ல காலத்தை' யாவருக்கும் ஒரு கையால் ஏந்திவந்துக் கொடுப்பவள். லக்ஷ்மிதேவியின் உருவத்தில் இருப்பவள். அழகுக்கு அழகு செய்பவள். அவள் குணத்துக்குக் கும்பிடலாம். கிளி வாயில் தொங்கும் தாளில் வாழும் ராணி.

ஆனால் ஐயோ, நம் வரலாற்றில் நல்ல பல செயல் புரியும் நாயகியாம் பாக்கியத்தாய் உப்பிப்போய்க் கிடக்கிறாள். நாம் நேரில் பார்த்த கிளி ஜோஸ்யனின் நாயகிக்கும் தெகிமொலா வரலாற்றில் வரும் நாயகிக்கும் வேறுபாடு நிச்சயமாய் இருக்கிறது. கிளிஜோஸ்யர் காட்டுகின்ற ராணி நாடாள வாய்ப்பில்லை. தெகிமொலா வரலாறு அப்படி அல்ல. உப்பிப் போய்க் கிடந்தாலும் அவள் ராணி. அவள் சொல் சட்டம். சட்டசபை இருந்தாலும் ராஜாவும் ராணியும் சொல்வது போல் கேட்கவே சட்டசபை. ...ச்சூ... முகம் சுளிக் கிறீர்கள், வரலாற்றில் அரசியல் புகுவதற்காய் ...சரி அய்யா, இதோ நிறுத்தி விடுகின்றேன். உம்பாட்டில் கதை தொடர்ந்து படிப்பதை நான் பாழ்படுத்திவிட மாட்டேன். உம்உம்...படியும் தொடர்ந்து.

○

7

சூனியக் குதிரையில் பறந்தவன் கதை

இந்தப் பகுதி ஒரு மாயாஜாலக் கலைக்களஞ்சியத்திலிருந்து எடுக்கப் பட்டது.*

சொல்லின் பொருள் காலத்தையும் இடத்தையும் மாற்றிவைக்கும் ஜாலவித்தை தெரிந்தவன் என்று முதன்முதலாக இந்தக் கலைக் களஞ்சியத்தில்தான் தகவல் வருகிறது.

'தன் தாய் உப்பிப்போன செய்திகேட்டு வார்த்தை களிலிருந்து பிறந்தவன் வருத்தப்பட்டான். அவனது நினைவுகள் தடம் மாறின. திங்கள் கிழமை இருந்த இடத்தில் புதன் கிழமையும், வியாழன் இருந்த இடத்தில் சனிக்கிழமையும் வந்தமர்ந்தன. அதற்கிடையில் அவனது அண்ணன், தன் மனதில் வந்து ரகசியச் செயல்களில் ஈடுபட்டதைக் கண்டான். அப்படி ரகசியச் செயல்களில் அவன் ஈடுபடுவது தவிர்க்க இயலாதது என்று சொல்லின் பொருளுக்குப்பட்டது. தனது ஒரு பகுதி யான மாறிப்போன அண்ணனைப் பாசத்தோடு தன் நினைவுகள் வழிபார்த்தான் சொல்லின் பொருள். அவனுக்கு மிகுந்த இரக்கம் உண்டானது.

தடதடவென்று எழுந்து இடத்தை மாற்றிவைத்தான். தான் அமர்ந்து கொண்டிருந்த கவிதையாளர்களின் மனத்திலிருந்து வெளியே வந்தான். தன் கால்களைக் கட்டியிருந்த வார்த்தைகளை, ஒரு கூர்மையான

* அதாவது மாயாஜாலம் பற்றிய கலைக்களஞ்சியம் என்றும் கலைக் களஞ்சியம் மாயாஜாலம் செய்யும் என்றும் இதற்கு அர்த்தம். தெகிமொலா மொழி அமைப்பு எப்படிப்பட்டதென அறிய இது ஓர் எடுத்துக்காட்டு.

நீண்ட கத்தியால் வெட்டித் தள்ளினான். காற்றில் பறப்பதுபோல் இப்போது உணர்ந்தான் சொல்லின் பொருள். தான் நின்ற இடத்தையும் ஒரு சதுரங்கக் காயை நகர்த்துவதுபோல் நகர்த்திவிட்டு ஒரு புராதன மாளிகையிருந்த இடத்தைத் தன்னருகில் கொண்டுவந்தான்.

அந்த மாளிகை புராதன மாளிகையாக இருந்தாலும் அதன் கட்டிடக்கலை நுட்பங்கள் காலத்தை வென்று நிற்கும்படி விளங்கின. அப்படியேதும் அழகான சித்திரங்களும் காணப்படவில்லை. எனினும் பார்ப்பவர்களின் மனம் புதியவிதமாய் மாறும் மாயவித்தையைச் செய்யும் வசீகரம் அக்கட்டிடத்தில் இருந்தது. அக்கட்டிடம் காலத்தின் தீவிரத்தால் கருமை படர்ந்த ஏழு பெரிய வாசல்களைக் கொண்டிருந்தது. அதில் மத்தியில் இருந்த வாசல்தான் நடுவாசல். நடுவாசல்வழி எந்த நாட்டு அரசனின் தேரும் தங்குதடையின்றிச் சென்றுவிடும் அளவு அது பெரியதாக இருந்தது. நடுவாசல் தவிர்த்த மற்ற ஆறுவாசல்களிலும் மிகவும் அதிகமான செடி கொடிகள் படர்ந்திருந்தன. அவை பூமத்தியரேகைக் கருகில் உள்ள தேசங்கள் பலவற்றிலிருந்தும் தேர்ந் தெடுக்கப்பட்டுக் கொண்டுவரப்பட்டவை.

நடுவாசலில் தொடங்கிய பாதை ஒரு பெரிய பாதையாக மாறி சுமார் ஒரு கல் தூரத்திலுள்ள மாளிகையின் நடுப் பகுதியைச் சென்று சேர்ந்தது. ராணியைப் படுக்க வைத்திருந்த நீண்ட அறை அங்கிருந்து வெகுவிரைவில் சென்று சேரக்கூடியதாகும்.

சொல்லின் பொருள் பல ஆண்டுகளுக்குப் பிறகு, தான் தரையிலும் தன் அண்ணனான மலையின்மீதுஒளி தன் மனத்திலும் நடக்க, அந்தப் பழைய மாளிகைக்குள் புகுந்தான். அவன் சிறுவயதில் விளையாடிய நாள்கள் அவனை அழைத்தன. மீண்டும் ஒரேயொரு முறை விளையாடலாம் என்று ஆசை காட்டின. அவற்றை நிர்தாட்சண்யமான முறையில் விலகுங்கள் என்று சபித்தான். எனவே அவை ஓடி ஒதுங்கிக்கொண்டன. அவற்றில் சில சொல்லின் பொருளின் ஆணைக்குக் கீழ்ப்படியவில்லை. அவனுக்குத் தெரியாமல் ஓரங்களில் ஒளிந்து நின்றுகொண்டிருந்தன. அவை அவனால் அடித்துக் கீழே தள்ளப்பட்டுக் காயம் அடைந்தன. வேறு சில நாள்கள், புண்பட்டு வேதனை தாளாமல் அழுதன. தனது சார்பிலும் தன் மனதில் சதா நிலைத் திருக்கும் தன் அண்ணனின் சார்பிலும் நினைக்க வேண்டிய நிர்பந்தம் அவன் வாழ்வைப் பெரிய அளவில் சீரழித்திருப்பதாக எண்ணினான். அப்படி இருவருக்காக ஒரு மனத்தின் மூலம் சிந்திக்க வேண்டியது எப்படிப்பட்ட இக்கட்டான வாழ்வைத்

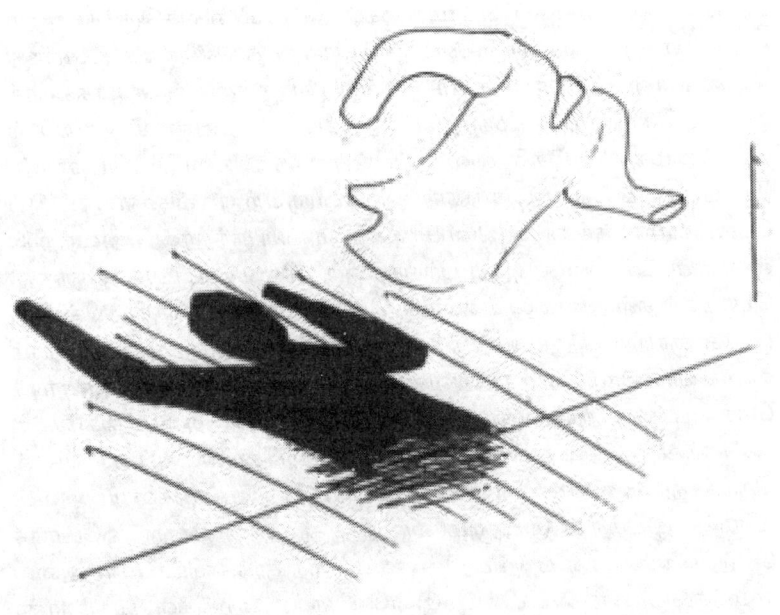

தனக்கு ஏற்படுத்தியிருக்கிறதென்று யோசித்தான். தனிமையான நாள்கள் அவனது நினைவுக்கு வந்தன. அந்த விதமாகத் தனிமைப் பட்டுப்போன நாள்களில், அவன் கவிதையரங்குகளில் கவிதை பாடியும் இயற்கையழகுகளைச் சுற்றிப் பார்த்துப் பூமியின் சௌந்தர்யத்தை மீண்டும் இலக்கியத்திற்குள் கொண்டுவருவதற்காக உழைத்தபடியும் இருந்தான். எனினும் தனிமை அடிக்கடி வந்து அவனை அழைத்துக் கொண்டு போனது.

நினைவுகளை ஒதுக்கிக்கொண்டு பார்த்தபோது அரண்மனையில் ஒரு காலத்தில் மிகப் பெரிய அறைகளாக இருந்தவை மிகவும் சுருங்கித் தீப்பெட்டிபோல் அடுக்கப்பட்டுவிட்டதாய் நினைத்தான். விளையாடுவதற்காகப் பொம்மைகள் அடுக்கி வைத்திருந்த அறை எங்கே என்று தேடினான். கால் திடீரென்று தடுக்கியதை உணர்ந்து மிரண்டான். ‘தொபக்கடீர்’ என்று விழுந்தவன் கண்களைத் தடவிக்கொண்டு எழுந்து பார்த்தபோது அவன் சிறுவயதில் பொம்மைகள் அடுக்கி வைக்கப்பட்டிருந்த அறையில் கிடந்தான். அப்படிப் பத்து ஆண்டுகள் பிரக்ஞையற்று விளையாட்டுப் பொம்மைகளுடன் விளையாடிக்கொண்டிருந்தான். அவற்றின் விளையாட்டு அவனுக்குப் புரியாத ஒரு விளையாட்டாக இருந்தது. பொம்மைகள் அவனை உணர்ந்து கொண்டதாகவும் தெரியவில்லை. பிரக்ஞையற்ற பத்து ஆண்டுகள் கழிந்தபின் இன்னும் சற்று நேரம் விளையாடலாமா என்று அவன் தன் மனத்தில் சதா விளையாடிக் கொண்டிருந்த அண்ணன் பற்றிய நினைவுகளை அழைத்துக்கேட்க எண்ணினான். தன் மனத்தின் பக்கம் திரும்பினான். அப்போதுதான் தெரிந்தது. அண்ணனின் நினைவுகள் பத்து ஆண்டுகளாய் அவன் விழுந்த இடத்தில் இன்னும் விழுந்து கிடந்தன என்று. ஓடோடிச் சென்று அண்ணன் பற்றிய நினைவுகளைத் தூக்கிவிட்டான். அவை எழுந்துகொண்டன. பின்பு இன்னொரு அறைக்குள் புகுந்தான். அந்த அறையில் யாரும் இருக்கவில்லை, அறை சூனியமாக இருந்தது உடனே சூனியத்தை ஒரு குதிரையாகப் பாவித்து அதன் முதுகில் ஏறி, தன் கற்பனை உலகில் சஞ்சரிக்கலானான். அப்படிச் சஞ்சரிக்கும் போது விண்ணும் மண்ணும் அடிக்கடி இவனோடு பேசின. நகரில் காலையில் எழுந்து உடல்நலத்தைப் பேணுவதற்காக ஓடிய சில கனவான்களோடு தானும் ஓடினான். பூங்காவில் வந்து தாங்கள் பொதியாகக் கட்டிக்கொண்டு வந்த உணவை உண்டவர்களோடு தானும் உண்டான். இப்படித் தன் கற்பனை உலகில் சூனியக் குதிரையின் வழி பல ஆண்டுகள் சஞ்சரித்துவிட்டுக் கண்களை

அகலவிழித்த போது அந்த அறையின் வடமேற்கு பாகத்தில் ஒரு சிறு கரப்பானோடு தானும் ஒரு கரப்பானாய் மாறி சிறு துவாரத்தில் அமர்ந்திருப்பதை அவன் கண்டான். கீழே படைவீரர்கள் தன்னைத் தேடுவது தெரிந்தது. இன்னும் மிகச் சரியாக துவாரத்தின் இருளுக்குள் மறைந்துகொண்டான். படைவீரர்கள் போனபிறகு மெதுவாய் இறங்கி ஓரமாய் நடந்து தன் தாயார்படுத்திருந்த அறைக்குள் யாரும் கவனிக்காத விதமாய் நுழைந்தான். ஒரு மூலையிலிருந்து தன்னைத் தன் வார்த்தைகள் வழியாக ஈன்றவளைப் பார்த்தான். தாயைப் பார்த்த கணம் அவனது நினைவுகள் கொந்தளித்தன. அவை ஒரு கட்டுக்குள் நிற்கவில்லை. கொந்தளிப்பான அந்த நினைவோட்டத்தில் அண்ணன் தோன்றினான், தன் உருவத்துடன்.

கத்தியின் நிழலைப் பிடித்தவன் கதை

கவிஞனின் அண்ணனான 'மலைமீதுஒளி' இப்போது ஒரு ரகசிய அமைப்பில் முக்கியமான ஒரு கௌரவ மிக்க உறுப்பினனாகி விட்டான். ராஜ குலத்தைச் சார்ந்தவன் என்ற குலஉணர்வைத் தங்களது அமைப்பு மழுங்கடித்துவிட்டதென்றனர் ரகசிய அமைப்பைச் சார்ந்த மகுடதாரிகள். இவர்கள் எல்லோரும் ராஜனின் மகுடத்தைப் போல் மகுடம் அணிந்திருந்ததால் இவர் களுக்கு மகுடதாரிகள் என்று பெயர் வந்தது.

ஆரம்பத்தில் ஒருநாள் ரகசிய அமைப்பினர் தங்களின் எதிரிகளை உருவாக்கத் திட்டமிட்டனர்.

எனவே எல்லோரும்கூடி எதிரிகள் எப்படியிருக்க வேண்டும் என்று எதிரிகளின் தோற்றத்தை விவரிக்க லானார்கள். ரகசிய அமைப்பினரான மகுடதாரிகள் தங்கள் தலைவனை இன்னொரு தேசத்தில் எப்படிப் படைத்து வைத்திருந்தனரோ அதேபோல தங்கள் பகைவர்களையும் தாங்கள் மிக வேகமாகப் படைக்க முடியும் என்று நம்பினர்.

அவ்வப்போது தலைவனின் உருவம் சரியாகத் தெரியாமலே இருந்ததால் தலைவனைப் பற்றிய விவரங்களை முடிந்த அளவு அதிகம் சேகரித்தனர். ஆனால் எவ்வளவு அதிகம் தகவல்கள் சேகரித்தார்களோ அந்த அளவு தலைவன் இவர்களின் ஆலோசனைக் களுக்குள் அகப்படாதவனாகவே இருந்தான். இது போலவே அவர்களின் எதிரிகளும் சரியாக இவர்களால் புரிந்துகொள்ள முடியாதபடி இருந்தனர். ஏனென்றால் எதிரிகள் இவர்களது

தலைவனின் நேர் எதிர்குணம்கொண்டவர்களாக அமைய வேண்டும்.

எதிரிகள் அவ்வளவு சரியாக மனதில் பிடிபடாதவர் களாக இருந்தாலும் எதிரிகளுக்குத் தண்டனை கொடுப்பது தொடர வேண்டும் என்று ரகசிய அமைப்பின் தலைமைச் செயலகம் தீர்மானம் ஒன்றை நிறைவேற்றியிருந்தது. அந்தத் தீர்மானத்தை முதலாம் 'பிளீன' த்தின் இரண்டாம் ஆவணத்தின் தனிநபர் தீர்மானம், என்று கூறினார்கள். முதலாம் பிளீனத்தின் இரண்டாம் ஆவணம் முக்கியமாக எதிரிகளின் வம்சத்தை வேரறுத்தல் என்று கூறியிருந்தது.

பொதுவாக 'பிளீன' த்தின் தீர்மானங்கள் பொருள் மயக்கம் ஏதும் கொண்டவையாக இருப்பதில்லை என்பது தொண்டர்கள் மத்தியில் பிரசித்தமாக இருந்தாலும், தொண்டர்கள்தாம் தீர்மானத்தை நிறை வேற்றும் போக்கில் பொருள் மயக்கத்தைத் தீர்த்தார்கள். உதாரணமாக முதலாம் பிளீனத்தின் இரண்டாம் ஆவணத்தில் 'எதிரிகளின்' 'வம்சத்தை' 'வேரறுத்தல்' என்ற மூன்று பதங்களும் பல்வேறு விளக்கங்களுக்கு உள்ளாயின. 'வம்சம்' என்பது எதிரிகளின் இறந்து போன மூதாதையர்களின் ஆவிகளே என்று ஓர் அணியினரும் 'வம்சம்' என்பது எதிரிகளின் எதிர்கால சந்ததியைக் குறிக்கும் என்றும், அப்போது பிறந்த பச்சைப் பாலகர்களைக் கொல்வதே அதன் அர்த்தம் என்றும் கூறி வேறு ஓர் அணியினரும் விளக்கம் கொடுத்தனர். முதலணியினரைப் பழமைப் பற்றாளர்கள் என்று இரண்டாம் அணியினர் குற்றம் சாட்டினார்கள். அதுபோல் இரண்டாம் அணியினரை முதல் அணியினர் 'ஏரோதுகள்' என்று பைபிளில் சிறு குழந்தைகளை எல்லாம் கொலை செய்ய ஆணையிட்ட ஓர் அரசனின் பெயரால் அழைத்துக் கண்டனம் தெரிவித்துக் கொண்டனர்.

இப்படிப்பட்ட தீவிரக் கொள்கைப் போராட்டம் நடந்து கொண்டிருக்கும் போதுதான் ராணியின் முதல் மைந்தனான 'அம்மிக் குழவி' என்று பணிப்பெண்களால் அழைக்கப்பட்ட ராணியின் மூத்தமகன் ரகசிய அமைப்பிற்குள் குடிசையிலிருந்து மகுடதாரிகளால் கொண்டுவரப்பட்டான். மகுடதாரிகளால் முதல் மகன் கடத்தப் பட்டதைத்தான் கருணாகரத் தொண்டைமான் நிழலில் மறைந்து விட்டான் என்று ராணியிடம் வந்து கூறினான். அம்மிக்குழவி என்று பணிப்பெண்கள் கூறினாலும் உண்மையில் அவன் மிகவும் அழகான பாலகனாக இருந்தான். 'குளிர்ச்சி மிக்க தண்ணீர் போன்ற தெளிந்த கண்களையும், காலைப் பனியில் சூரிய ரேகை படும்போது

தெறிக்கும் ஒளிபோன்ற பார்வையையும், தங்க விக்ரகம் போன்ற உடலமைப் பையும் கொண்ட'* பிள்ளைகளைத் தெகிமொலாக்களின் இலக்கியம் சிறந்த குழந்தைகள் என்று பாராட்டும். அத்தனை லட்சணங்களையும் கொண்டவனாக மலைமீது ஒளி இருந்தான். குடிசையில் பணிப்பெண்களால் வளர்க்கப்பட்டாலும் அவனது சௌந்தர்யம் குன்றவில்லை.

முதலில் இவனைத் தங்கள் பிறப்பாலான விரோதி என்று கொல்வதுதான் ரகசிய அமைப்பின் தீர்மானம். அதுவும் இந்தக் குழந்தையானது ஏரோதுகளின் கையில் சிக்கிவிட்டது. குழந்தையைக் கொல்வதன் மூலம் தங்கள் எதிரிகளைப் பற்றிப் புரியாமல் குழம்பும் குழுவினருக்கு 'எதிரி யார்?' என்ற கேள்விக்குப் பதில் கிடைக்கும் என்று நினைத்தனர். இறுதியாக, காலக் கணக்குப்படி ஒரு பகைப் பண்புள்ள நாளான புதன் கிழமை தேர்ந்தெடுக்கப்பட்டது. அன்றுதான் விரோதிகளின் நாள். அது ஒரு கருநாள். குழந்தையைக்கொண்டு வந்து ஒரு வெள்ளைத் துணியில் கிடத்தினார்கள். எப்போதும் அதிக கோபத்தில் இருக்கும் ஒருவனை அழைத்து, நீண்டதும் துருப் பிடித்த பழங்காலத்ததுமான ஒரு கத்தியைக் கொடுத்துக் கத்தியின் நிழல் குழந்தையின் மீது விழாமல் அதன் இதயத்தைக் குத்தி துவாரமிடக் கூறினார்கள்.

அவன் இரண்டு மூன்றுமுறை கத்தியைக் குழந்தையின் இதயத்தை நோக்கிக்கொண்டுவந்து கத்தியின் நிழல் எந்தப் பக்கம் விழுகிறது என்று ஆய்வு செய்தான். அப்படி ஆய்வு செய்தபோது விநோதமான ஒரு காரியம் நடந்தது. குழந்தை கத்தியின் நிழலைப் பிடித்துவிட்டது. பின்பு கத்தியின் நிழலோடு குழந்தை விளையாட ஆரம்பித்தது. நிழலைக் குழந்தை விடவே இல்லை. உடனே, 'ஏரோதுகள்' எனக் குறிப்பிடப்பட்டவர்களின் தலைவன் வந்து 'குழந்தை நம் குழுவினரின் எதிரி அல்ல. ஏனெனில் கத்தியைப் பிடித்துத் தன் ராஜ வம்சத்தையே கொலை செய்வேன் என்று கூறுகிறது' என்றான். அங்கிருந்த தொண்டர்கள் எல்லோரும் குழந்தையை எடுத்துக் கொஞ்ச ஆரம்பித்தனர். நிச்சய மற்ற முறையில் எதிரி நண்பனாவது யாருக்கும் ஐயத்தை உண்டுபண்ணவில்லை. பின்பு குழந்தைக்குத் தங்கள் இயக்கத்தின் தத்துவங்களை அவர்கள் கற்பித்தபோது குழந்தை அவற்றை மிகவும் வேகமாகக் கற்க ஆரம்பித்தது. இதுவும் அந்தக் குழந்தை ராஜகுடும்பத்தில் பிறந்தாலும் பிறவிக்குணம் அற்றதாக

* இது ஒரு புராதனப் பாடலின் முதல் ஐந்து அடிகளாகும்.

உள்ளது என்ற நம்பிக்கைக்கு வித்திட்டது. அதுவேதான் 'ராணி ஈன்றது அம்மிக் குழவி; குழந்தையல்ல' என்று பணிப்பெண்களைச் சொல்ல வைத்தது என்ற கருத்தும் இருந்தது. சில நாட்களில் குழந்தை வளர்ந்து பெரியவன் ஆனது. அதன் பிறப்புப் பற்றி மீண்டும் மீண்டும் குழந்தைக்குச் சொல்லப்பட்டதால் குழந்தை தன் மனசை இரண்டாக்கி வாழ ஆரம்பித்தது. ஒரு பகுதி, தனது ராஜகுலப் பிறப்புத் தனக்கு நேர்ந்த அவமானம் என்று நினைத்தது. மறுபகுதி, ரகசிய அமைப்பினரின் வளர்ப்பு தன் வாழ்க்கையை உண்மையிலேயே பயனுள்ளதாக்கியது என்று நம்பியது. இப்படி இரண்டுபட்ட நினைவுடன் வளர்ந்தான் மலைமீதுஒளி.

தனது அண்ணன் தன்மனதில் வாழ்வதற்குத் தக்கமுறையில் தன்னைப் பக்குவப்படுத்திக்கொண்ட சொல்லின் பொருள் என்ற கவிஞன் தாயின் அறைக்குள் சென்று அண்ணனை நினைவில் கண்டபின் என்ன செய்தான் என்பது சில ஏடுகளில் சுருக்கமாக விளக்கப்பட்டிருக்கிறது. ஒரு கரப்பான் பூச்சியாய் மாறிய சொல்லின் பொருள் அவளைக் 'கரப் கரப்' என்று சுரண்டினான்.

அப்படிச் சொல்லின் பொருள் கரப்பான் பூச்சி ஆகும் முன் அவனுக்கு முந்தைய பதின்மூன்று தலைமுறைகளிலும் ஒவ்வொரு நபர் கரப்பான்பூச்சி ஆன சரித்திரம் மறக்கக்கூடியதல்ல.

வயிற்றில் சிக்கிய வார்த்தை வெளியேறிய கதை

அன்று உள்நாட்டு முறையில் மருத்துவத்தைச் செய்துவந்த மருத்துவர்களும், ஆங்கில முறையில் மருத்துவத்தைச் செய்தவர்களும் மூலைக்கு ஒருவராகப் படுத்திருந்தனர். அரசியின் உடல் உப்ப அரச வம்சத்தின் சுயகௌரவம் அதிகமானதே காரணம் என்றறிந்த சொல்லின் பொருள் அரச கௌரவங்களை எல்லாம் மனதில் துறந்தான். வெறும் வார்த்தைகளையே நம்பிக்கொண்டு தன் அண்ணனை மனதில் வாழ்விப்பதற்காகவே வாழ்ந்துகொண்டு இருப்பவனான தனக்குத் தன் தாயைக் குணப்படுத்தமுடியும் என்று எண்ணி அன்பாக 'அம்மா' என்றான். உடனே ஒரு பெரும் சப்தம் வெளிப்பட அறை முழுதும் குப்பென்று புகை பரவ அவள் வாயிலிருந்து ஒரு வாக்கியம் இதழ்களை உடைத்துக்கொண்டு வெளியேறியது. அந்த வாக்கியம் அவளை அம்மா என்று அவன் கூறியதால், அதற்குப் பதிலாக அவள் வாயில் உற்பத்தியான வாக்கியம் என்று புரிந்துகொண்ட மகன் சிரித்தபடியே ஒதுங்கிக்கொண்டான்.

அவள் உடலின் எல்லா துவாரங்கள் வழியாகவும் காற்று வெளியேற ஆரம்பித்தது. சப்தத்தைக் கேட்டு விழித்த தெகிமொலா முறை மருத்துவர்களும், ஆங்கிலமுறை மருத்துவர்களும் தாங்கள் கேட்ட வாக்கியத்தை வார்த்தை வார்த்தை யாக இப்படி உச்சரித்தனர்.

'அந்த வேசி மகனான என் கணவன் எங்கே?'

உடனே உள்நாட்டு மருத்துவர்கள் தங்கள் மருத்துவம்தான் வெற்றி பெற்றதென்று கூத்தாடினார்கள். வாக்கியம் ஒன்று அவள் வயிற்றுக்குள் சிக்கிக்கொண்டதென்று அவர்கள் அவள் உப்புவதற்குக் கூறிய காரணம்தான் இறுதியில் சரியாக இருந்தது என்பது உள்நாட்டு முறை மருத்துவத்தின் மகிமையைப் பரப்ப வழிசெய்தது.

வந்ததுபோலவே கரப்பான் பூச்சியாகச் சொல்லின் பொருள் யார் கண்ணிலும் படாமல் வெளியேறினான். அப்படி வெளி யேறியவனைப் பற்றிக் கூறிய வம்ச சரித்திரம் இவ்வாறு எழுதுகிறது: 'பின்பு சொல்லின் பொருளின் வாய்க்குகள் அம்மா என்ற அந்த வார்த்தை யானது மீண்டும் எந்தக்காலமும் நுழையாதபடி எங்கோ காணாமல் போயிற்று. மருத்துவத்துக்கு இல்லாத சக்தி கவிஞனின் வார்த்தைக்கு இருப்பது நிரூபணமானது. எனவே கவிதை ஆன்ம நோய்களுக்கு மருந்து என்ற கூற்று அன்று முதல் பிரபலமானது. அன்றே தாயின் மாளிகையிலிருந்து புறப்பட்டுக் கவிதைப்பிரியர்களின் மனங்களில் குடியேறினான் அவன்.'

இதுதான் இருபத்தைந்து ஆண்டுகள் உடல் உப்பி மயக்க நிலையிலேயே இருந்த பாக்கியத்தாயின் பிரக்ஞை மீண்ட கதை.

செய்தி அறிந்த நாட்டு மக்கள் நிம்மதிப் பெருமூச்சு விட்டபடி தங்கள்தங்கள் குடிசைகளுக்குத் திரும்பினார்கள். பாக்கியத்தாயின் அடையாளமான பாம்பு மாதிரியான படமும் பச்சைராஜனின் ஒற்றைக்கண் படங்களும் மீண்டும் குடிசைகளை அலங்கரித்தன. அவ்வப்போது அப்படங்களைப் பார்த்துத் தங்கள் எஜமானர்கள் சரியாகக் கூலிகளைக் கொடுக்காததை மன்னித்தார்கள். காற்றும் நீரும் இல்லாமல் வாழவேண்டிய கஷ்டத்தையும் பொறுத்துக் கொண்டார்கள். நாடு அமைதியாகப் பீடுநடை போட்டது. மக்கள் கடினமாக உழைத்தார்கள். பட்டினி கிடந்தார்கள்; என்றாலும் அவர்களுக்கு அதிருப்தி உண்டாகவேயில்லை. அவர்களுக்கு வேண்டியது தங்கள் ராணியும் ராஜனும் ஆரோக்கியமாக இருப்பதுதான்.

பாக்கியத்தாயின் வாயிலிருந்து சொற்கள் வெளியேறிய பின்பு

மருத்துவர்கள் எதிர்பார்த்தது போலவே வேறு வார்த்தைகள் சரியாக உற்பத்தியாகவில்லை. பேசும்போது ஒரு பக்கமாக இழுத்துக் கொண்டது. எப்படி அதிகாரிகளை அழைத்து ஆணைகள் பிறப் பிப்பது என்பது முதலில் நாட்டை ஆண்டுவரும் பாக்கியத்தாய்க்குப் பிரச்சினையாகவே இருந்தது. வார்த்தைகள் செய்த சதியால்தான் தனக்கு வாய் ஒருபக்கமாய் இழுத்துக்கொள்கின்றது என்ற ஞானம் அவளுக்கு வந்ததும் வார்த்தைகளைப் பழிவாங்குவ தென்று முடிவெடுத்தாள். அவள் எண்ணத்தின்படியே நடந்தது. அவளது வார்த்தைகளில் தேவையில்லாமல் எதற்கெடுத்தாலும் 'ப' மற்றும் 'வ' ஒலிகள் வந்து ஒட்டிக்கொண்டன.

'அதிகாரி' என்று சொன்னால் 'பதிகாரி' என்று கேட்டது. அப்படி ஒரு பதவி அரசாங்கத்தில் இல்லையே என்று எல்லோரும் விழித்தார்கள். 'தண்டனை கொடுங்கள்' என்பது 'வண்டனை கொடுங்கள்' என்று கேட்டது. 'மாம்பழம்' என்பது 'பாம்பளம்' என்று கேட்டது.

நாளாவட்டத்தில் இப்படிப்பட்ட வாய் இழுப்பு மூலம் பேசப்படும் ஒலி ஒரு புதுமொழி என்பதான எண்ணம் உருவாயிற்று. தெகிமொலா மொழித்துறையைச் சார்ந்தவர்கள் இப்படி ஒரு வாய்ப்புக்குத்தான் காத்திருந்தார்கள். ராணியின் புதுமொழிக்கு வர்ணனை மொழி விளக்கம்கூட எழுதத் தயாரானார்கள். ஆனால் அதிகாரிகள், எந்த மொழியானால் என்ன, அந்தந்தக் காரியத்துக்கு ஒரு குறிப்பிட்ட காலம் வந்தால் அது அது தானாக நடைபெறும் என்பதை உணர்ந்து ராணி சொல்வதை ஒரு காதில் கேட்டு மறு காதில் விட்டுவிட்டார்கள். எந்த மொழியில் ராணி பேசினால் நமக்கென்ன என்று நினைத்தார்கள் அவர்கள். ஆனால் ராணி புதுமொழி பேசும் விவரம் மக்களுக்குத் தெரியாத ரகசியமாக வைக்கப்பட்டிருந்தது. ஏனெனில் ராணியின் வார்த்தைகள் நாட்டில் நடைமுறைப்படுத்தப்படுகிறதா என்ற சந்தேகம் மக்களுக்குத் தோன்றக் கூடாது. 'வந்து போங்கள்' என்பது 'பந்து போங்கள்' என்று வெளியில் கேட்டது. எனவே அதிகாரிகள் ராணி பந்து பற்றிப் பேசுகிறார் என்று விளையாட்டுத் துறையை மேற்பார்வையிடும் அதிகாரியைக் கவனிக்கக் கூறினர். இந்த விவரம் மக்களுக்குத் தெரிந்தால் என்ன ஆகும்? ராணி நினைப்பது நடைமுறைப்படுத்தப்படவில்லை; வார்த்தைகள் வழி வெளிப்படும் வேறு ஒன்றுதான் நடைமுறைப்படுத்தப்படுகிறது என்ற எண்ணம் வந்துவிடும். அது நாட்டுக்கு நல்லதல்ல என்ற கருணாகரத் தொண்டைமான் ராணிக்கு வாய் இழுத்துக் கொள்கிற விஷயம்

வெளியில் வராதபடி கவனித்துக்கொள்ளுமாறு படைகளுக்கு ஆணை பிறப்பித்தான் (ஆனால் இவ்வளவு அதிகாரமும் பராக்கிரமும் கொண்ட கருணாகரத் தொண்டைமான் இதன்பின் வரும் சரித்திரத்தில் ஒரு முக்கியமற்ற பாத்திரமாய் ஆகிவிடுகிறான்).

கேட்போன் கூற்று

அய்யா! கதை சொல்பவரே! கருணையிலாதவரே! யாரைப் பற்றிக் கூறுகிறீர்! வேஷதாரி நீர். தெகிமொலா நாடாம்; உப்பிப்போய் ராணி இருபத்தைந்து ஆண்டாய்படுத்திருக்கிறாளாம். என்ன இது? சொல்லிவிடும்! 'வ' என்று சொன்னால் 'ப' என்று வாய் இழுத்துக் கொள்கிறதாம். யாம் படித்த சரித்திரத்தில் இவை எங்கும் இல்லை. யாரையோ மனதில் வைத்து வஞ்சகம் செய்கிறீர். எங்களுக்குத் தெரியாதா யாரை வைத்துப் பேசுகிறீர் என்று. சொல்லி விடும். நாங்கள் எதார்த்த ரசிகர்கள்! உய்.... உய்!! இருப்பதை எழுதும் எதார்த்த வாதிகளின் எதார்த்த ரசிகர்கள்! உய்.... உய்!! ஆமா, வாசகனை ஏமாற்றாதீர். நாங்கள் படிக்கப் பிறந்த கூட்டம். ரசிக்கப் பிறந்த கூட்டம். உண்மை வேண்டும்! எங்களுக்கு உண்மை வேண்டும்!! எழுத்து உண்மையின் கண்ணாடி. நடந்த வரலாறு படைப்பில் வரும். சொல்லிவிடும்! ஏமாற்றாதீரும்! சொல்லிவிடும்!!

சொல்வோன் கூற்று

அய்யா வாசகரே சொல்வேன்! சொல்வேன்!! உண்மை சொல்வேன்!!! கேளும். எதார்த்தமாயில்லை; சரித்திரம் என்கிறீர்; அப்படித்தானே. மூன்று மணிநேரம் இருட்டறையில் இருந்து வெள்ளைக்காரன் வேஷம் போட்டு ஆடிய கறுப்பு நிறமான ஒருவனை வெள்ளைக்காரன் என்று கூறியவர்கள் யார்? மூக்கு நீளமான மனிதன் ஊருக்கு வந்தபோது அவன் மூக்கின் நீளம் கண்டு மயங்கி அவன் சொல்வதெல்லாம் சத்தியம் என்று நம்பி ஊரோடு பாழாற்றில் பலியானவர்கள் கதை தெரியாதா? நீர்தானே அது? அம்மா தாயே, நீதானே அது? அய்யா, அந்தக் கூட்டத்தின் ஆள்தானே நீர்? உண்மை எது, பொய் எது என்று அறியாமல் மயங்கா தீரும். நான் சொல்வது சத்தியம். நான் நினைப்பது சத்தியம். நான் குடிப்பது சத்தியம். நான் படிப்பது சத்தியம். போதுமா? ஆனால் ஒன்று. சத்தியத்திற்கும் ஆயிரம் முகங்கள் உண்டு. நீங்கள் பார்த்தது ஒரு முகம். நீர் பார்த்ததையே நான் எழுதுகையில் அது ரூபம் மாறும். இன்னொரு சத்தியம் அந்தப் புதுரூபம். ஏன் திகைக்கிறீர்? என்

எழுத்தும்தான் சத்தியம். நீர் பார்த்த தற்கும் மேலான சத்தியம். பார்த்தது பொய். எழுத்து நிஜம். குண்டு சட்டிக்குள் இருந்து வெளியே வந்து குதிரையை ஓட்டும். ஆமா, சொல்லிவிட்டேன் என் கடமை இது.

கேட்போன் கூற்று

சரி சரி! நம்புகிறேன். ஆளை விடும். அறுக்காதேயும். உம்மைச் சொல்லிக் குற்றமில்லை. சரித்திரம் கேட்க வந்துவிட்டேன். சொல்லும்! சொல்லும்!! கேட்கிறேன். கேட்காவிட்டால் விடவா போகிறீர்?

o

8

காற்று வெளியேறி உப்புவது நின்றுவிட்டது என்று ஒரு பணியாள் இருபத்தைந்து ஆண்டுகள் உடல் உப்பி உபாதைக்குட்பட்ட ராணியைப் பற்றி ராஜன் இருந்த நூலகத்தில் வந்து அடக்கமாக வாய்பொத்தியபடி கூறினான்.

அன்றையநாள் பல சுப காரியங்கள் நடத்தும் நாள் என்று அந்த நாளைக் குறித்திருந்தனர். கெட்ட பார்வைகளின் சேர்க்கையற்ற நாள் என்று கூறப்பட்ட அந்த நாளைப் பிற்காலத்தவர் அதிக முக்கியத்துவத்தோடு குறிப்பிட்டனர். அன்று ராணியின் சுபச்செய்தி யுடன் வந்த பணியாளைப் பச்சைராஜன் பார்த்ததைத் தெகிமொலாக் களின் ஏடுகள் கீழ்வருமாறு ஒருவித அதீத ரசனையுடன் எழுதி யிருக்கின்றன: 'அரசன் பார்த்த விதத்திலிருந்து பணியாளுக்கு இன்று என்ன சாப்பாடு என்று அரசன் கேட்டது போலிருந்தது. உடனே தனக்குத் தெரிந்ததை அரசனிடம் சொல்லி விடுவதே உசிதமானதென்று இப்படிச் சொன்னான் பணியாள்.

'இன்று கீழ்க்கரை கடலிலிருந்து பிடிக்கப்பட்ட சுறாக்களின் கண்களைச் சீன சமையல்காரர்கள் விசேஷமாக சமைத்துள்ளனர்.'

இவ்வாறு சரித்திரத்தின் ஹாஸ்யத்துக்குப் பிற்காலத்தில் ஆளான ராஜன் தொடர்ந்து இக்காலத்தில் பல நூல் களைப் படிக்கலானான். அன்றும் அரசன் நூல்களை, வரிசையாக அவற்றின் தலைப்புகளைப் படித்தான். ஜப்பான் தேசத்தின் கனவுகளிலிருந்து தொடங்கி குதிரை ஏற்றம்பற்றி முடிந்த ஒரு நூலை எடுத்துப் பிரித்துவிட்டு நூலக உள்ளறையில் முதலில் இருந்தது போல் வைத்தான். மத்தியதரைக்கடல் ஓரங்களில் வீசும் கடல்காற்று பற்றியது அடுத்த நூல். அந்த நூலையும் எடுத்துப் பிரித்துக் கூடப்பார்க்காமல் அப்படியே நூல்வரிசை தவறாமல் அடுக்கிவைத்தான். அவ்வாறு கனவுகளும் காற்றுகளும் அப்படி அப்படியே இருந்தபடி இருந்தன.

கன்னித்தாய் பெயர்வந்த கதை

உப்பிப்போய் இருபத்தைந்து ஆண்டுகளைக் கழித்த மனைவியின் உடலிலிருந்து காற்று போய்விட்ட தென்று கூறியும் அவளைப் பார்க்கப்போகாது புத்தகங்களைப் பார்த்தபடி இருக்கும் இந்த 95 வயது ராஜன் இன்று தன் மனைவியின் மீது இவ்வளவு வெறுப்புக் காட்டுகிறான். அந்த வெறுப்புக்குக் காரணமாக ஒரு கதை உள்ளது. அது சுவாரஸ்யமானது. அந்த நிகழ்ச்சிகள் நடந்து இன்று பல ஆண்டுகள் கடந்தும்கூட இன்றைக்கும் அதனைக் கேட்பவர்கள் உண்மையில் ஆச்சரியப்பட்டுப் போகும் படியான கதை. இது முதலிரவில் நடந்த இன்னொரு சம்பவம் என்றும், கண்ணாடி நிழலின் முன் ஆடையின்றி நின்று கொஞ்சிக்கொண்டிருந்த சம்பவத்திற்கான இன்னொரு 'பாடம்' என்றும் பொருத்தமில்லாமல் ஏடுகளில் எழுதப்பட்டிருக்கின்றன.

'திருமணமான அன்று அரசன் ராணியின் அறையில் நுழைந்த போது அந்த இளம்ராணி, 'உனக்காக இத்தனை ஆண்டுகள் நான் காத்திருந்தேன்' என்றாள்.

கண்களை மூடியபடி அவளுக்காகத் தானும் பல ஆண்டுகள் காத்திருந்ததை அவனும் காமப்போதையில் ஒத்துக்கொண்டான். அதன்பின்பு அவளது பெயர் என்ன என்று கேட்டான் அவன். அவள், அவனது பெயர் என்ன என்று கேட்டாள். அவன், நீ உன் பெயரை முதலில் சொன்னால்தான் நான் என் பெயரைச் சொல்வேன் என்றான். அவளும் அப்படியே சொன்னாள். இருவரும் திரும்பத்திரும்ப அப்படியே கூறிக்கொண்டு ஒருவரை ஒருவர் பார்த்துக்கொண்டு அமர்ந்திருந்தனர். பிறகு ராஜன் ஒற்றைக்கண்ணை மூடியபடியும் ராணி தன் கண்களைத் திறந்தவாறும் உறங்கிப் போனார்கள்.

மறுநாள் காலையில் சூரியன் உதித்தது. பறவை பறந்தன. மரங்களில் காற்றுவீச, பழுத்த இலைகள் உதிர்ந்தன. இருவரும் முந்திய நாள் உன் பெயர் என்ன என்று ரொம்பநேரம் மாறிமாறிக் கேட்டுக் கொண்டிருந்த அலுப்பினால் தூங்கிவிட்டனர். உணவுகளும் அரேபிய நாட்டு உலர்ந்த பழங்களும் இன்னும் இருவருக்கும் வேண்டிய பலவித பதார்த்தங்களும் கொண்டுவந்து வைக்கப்பட்டிருந்தன. அன்றும் முந்திய நாள் போலவே இருவரும் பெயர் கேட்கும் விளையாட்டை ஆரம்பித்தனர். இருவரும் சோர்வடையவோ, சோம்பலுறவோ இல்லை என்பதுதான் இதில் தனி விசேஷம். அப்படியே அவர்கள் ஒருவரையொருவர் வெற்றிகொள்வதையே

வாழ்க்கையாக்கும் பிரயத்தனத்தில் இரண்டு நாட்களையும் கழித்தனர்.

மூன்றாம் நாள் பெயர்கேட்கும் விளையாட்டு ஆரம்பமான போது பழங்களும், சந்தனத் திரவியங் களும், தின்பண்டங்களும், பழரசங்களும், பூக்களும் தனித்தனியான வெள்ளி மற்றும் தங்க பாத்திரங்களில் நிறைந்திருந்தன.

இன்று அவன் ஒவ்வொரு பழமாக எடுத்து இது என்ன என்றான். அவள் அது மாம்பழம் என்றாள். பூக்களை எடுத்து இது என்ன என்றான். இது பூ என்றாள். தின்பண்டங்களை எடுத்து இது என்ன என்றான். அவள் அது தின்பண்டம் என்றாள்.

பின்பு அவள் அருகில் சென்று ஒருநாள் முழுவதும் அவள் பெயர் என்ன என்றும், அவள் முன்னிருக்கும் பொருள்கள் என்ன என்றும் கேட்டபின்பு மாலை நேரம் வந்தது. பெயர்களையும் பொருள் களையும் கேட்டு அலுத்துவிட்ட போது அவன் இன்னொரு புது விளையாட்டை ஆரம்பித்தான்.

அவள் கை நகத்தைக் காட்டி இது என்ன என்றாள். அடுத்ததாக கைவிரல்களைக் காட்டி இது என்ன என்றாள். அவள் கைவிரல்கள் என்றாள். கைமுட்டியைக் காட்டி கேட்டான் தோள்களைக் காட்டிக் கேட்டான். கூந்தலைக் காட்டிக் கேட்டான். கண்களையும் காட்டிக் கேட்டான் சமாதானமாக பதில் சொன்னாள். கடைசியாக அவள் அதரங்களைத் தொட்டு இது என்ன என்று கேட்டான்.

அடுத்தவிநாடி அறையின் மூலையில் குண்டுக் கட்டாகத் தூக்கி வீசப்பட்ட முப்பது வயது ராஜன் அவளைக் கோபமாகப் பார்த்துக் கொண்டு அப்படியே கிடந்தான்.

அந்த இளம்பெண் 'ஓ' வென்று அழ ஆரம்பித்துவிட்டாள். அவளைப் பார்த்து கோபத்தோடு எழுந்தான் அந்த ராஜன். அப்போது அவனை நோக்கி கையை நீட்டி விரலைச் சுட்டி அவள் தொடுத்த கேள்வியைக் கேட்டு அரண்டு நின்றான் அவன்.

'என்னிடமிருந்து எடுத்துக்கொண்ட என் கற்பைத் திருப்பித்தா.' அந்தக் கூற்றைக் கேட்ட பச்சைராஜன், பிறகு அவளோடு சேர்ந்து வாழ்ந்த நாட்கள் முழுவதும் அவள் அதரங்களைத் தொட்டதன் மூலம் அவளது கற்பு போய்விடாது என்று விளக்கிச் சொல்லியும் அவள் நம்பத் தயாராக இல்லை.

அந்தவிதமாய் நம்பாமலே அவள் இத்தனை வருட தாம்பத்ய

வாழ்வை நடத்திவிட்டதால் அவளைத் தெகிமொலா கலைக் களஞ்சியம் கன்னித்தாய் என்ற ஓரளவு முரணான அர்த்தம் கொண்ட அடைமொழியைக் கொடுத்து அழைத்தது.

கவிஞனுக்கு முளைத்த சிறகுகள்

உப்பிப்போய்க் கிடந்த ராணி மீண்டும் உடல் நலம் பெற்ற செய்தியை ராஜன் அறிந்த அன்று இன்னோர் இடத்தில் ரகசிய அமைப்பினர் இருந்த காட்டில் வாக்குவாதம் ஒன்று நடந்ததைச் சொல்லின்பொருள் மனதில் பார்த்தபடி இருந்தான். அப்போது தன் மனம் தனக்கு வசப்படவில்லை என்பதால் சொல்லின் பொருள் மனதிற்கு வெளியில் தன் அண்ணனைக் கண்டான்.

கனவிலும் மனதிலும் காண்பதுபோலவே வெளியிலும் தன் அண்ணனைக் காண்பது அன்றுதான் முதல்முறையாக நடந்தது. அந்தக் காட்சி விநோதமாக இருந்தது. ஒரு கண்ணாடிக்குள் நடப்பது போல் தெரிந்தது .

அண்ணனும் தன் கூட்டத்தினரைப்போல் மகுடம் அணிந்திருந்தான். மகுடம் அண்ணனுக்குப் பொருத்த மானதாகப்பட்டது. அந்தக் கூட்டத்தில் அண்ணன் மட்டுமே மகுடம் அணியக்கூடிய தேஜஸுடையவன் என்று பட்டது.

அண்ணன் சொன்னான். 'நம் இயக்கத்தவர்கள் என்ன இருந்தாலும் தனி விதிகளுக்கு உரிமை கொண்டவர்கள். எனவே அந்தக் காட்டு மக்களின் துரோகிக்கு நம் நீதிமன்றம் தண்டனை கொடுத்தது சரிதான்.' அப்போது தூரத்தில் தலை இருளில் புதைந்திருந்த ஒருவனைச் சிரித்தபடி சித்ரவதை செய்தார்கள், மகுடம் தரித்த தொண்டர்கள். முதலில் பெருவிரல் கழன்று வந்தது. பின்பு ஆள்காட்டிவிரல். இப்படி ஒவ்வொரு விரலையும் கழற்றினார்கள். அப்படிக் கழற்றுவதற்குத் தத்துவ ஆமோதிப்பு இருந்ததென்ற நம்பிக்கை அவர்களுக்கிருந்தது.

இப்போது சொல்லின்பொருளுக்குச் சித்திரவதை செய்தவர்களின் முகத்தைப் பார்க்கும் ஆசை ஏற்பட்டது. எட்டிப்பார்த்தான். அந்த முகங்கள் தெரியவே இல்லை. சித்திரவதை செய்யப்பட்டவனைப் போலவே இவர்களின் தலைகளும் இருளில் ஆழ்ந்து கிடந்தன. அதுபோலவே சித்திரவதை செய்யப்பட்டவனின் கைகளிலிருந்து இரத்தம் கொஞ்சம்கூட வரவேயில்லை. இது ஒரு வகையில் நல்லதாக இருந்தது. ஏனென்றால் அப்படி இரத்தம் வந்திருந்தால்

இரத்தத்திற்குத் தாங்காத சொல்லின் பொருள் அந்தக் காட்சியைப் பார்க்கக் கண்களைத் திறந்திருக்கமாட்டான்.

அண்ணன் மலைமீது ஒளி வெறிபிடித்தவனைப் போலக் கத்தினான்: 'இவன் அடிமைகளைப் போல மக்களைச் சித்திரவதை செய்த துரோகி.'

அப்போது மகுடம் அணிந்தவர்கள் அந்த மனிதனின் அடுத்த கைவிரல்களில் கயிறுகளை இணைத்துக் கயிற்றின் இறுதி முனை யிலிருந்த முடிச்சில் கம்பிகளைக் கோர்த்து விரல்களோடு இணைத்துப் பலமுறை சுற்றினார்கள். அந்த மனிதனின் உடல் ஒவ்வொரு பாகமும் துடித்துக்கொண்டிருந்தது. வியர்வை கொட்டியது. கொலை செய்யப்படும் மிருகம்போல் உடல் துடித்து எழுந்து அடங்கியது.

இப்போது அண்ணன் மலைமீது ஒளி, சித்திரவதை செய்யப் படுபவன் இருந்த திசையைப் பார்க்கவே இல்லை என்பதைக் கவிஞனான சொல்லின் பொருள் அறிந்தான். மகுடம் அணிந்தவர்கள் இழுக்க ஆரம்பித் தனர். அந்த மனிதனின் ஒருவிரல் அறுபட்டு கயிற்றுடன் நிமிடத்தில் கழன்று வந்தது. அவன் தோலில் ஓடிய இரத்தக்குழாய்கள் ஒருமுறை புடைத்து இறங்கின. அவனது வாயி லிருந்து ஒலி வரவில்லை. எனவே அப்படிப் புடைத்து இறங்குவது பயங்கரமான ஓர் அலறலின் அடையாளம் என்று தெரிந்தது. அம்மனிதனின் வாயின் ஒலி பறிக்கப்பட்டுவிட்டது என்பதைச் சொல்லின் பொருள் அறிந்தபோது அவனது தவறுகள் எவையாக இருக்கக்கூடும் என்று யோசித்தான்.

அவன் ஓரளவு வேடிக்கை உணர்வு பெற்றான். தன் அண்ணன் இச்செயலை நியாயப்படுத்துவதால் அச்செயலின் நியாயத்தன்மை இவன் மனதிலும் பதிந்தது. இருளில் தலை புதைந்து இருந்தவனும், வாயின் ஒலி பறிக்கப்பட்டவனுமான அந்த மனிதன் உடல் மட்டும் கொண்டவன் என்றும் உள்ளம் கொண்டவன் அல்ல என்றும் தன் அண்ணன் எண்ணுவதுபோலவே இவனும் எண்ண ஆரம்பித்தான். உள்ளமில்லாதக் கள்வனான அந்தக் கொடியவன் தண்டனைக்குத் தக்கவன்தான் என்று தனக்குள் சொல்லிக்கொண்டான், கவிஞனும் மென்மையான உணர்வுகள் கொண்ட வனுமான சொல்லின் பொருள்.

அந்தச் சித்திரவதை தொடர்ந்து நடந்தது. உள்ளம் இல்லாதவனும் சப்தம் பறிக்கப்பட்டவனுமான அந்த மனிதன் விரல்கள் இல்லாத இரு கைகளையும் எடுத்து மகுடம் அணிந்தவர்களிடம் மன்றாடினான்.

அவர்கள் தங்கள் மீது அதிகாரம் உள்ளவன் ஒருவனே என்பது போல் மலைமீது ஒளியை நோக்கிக் கைகாட்டினார்கள். ஆனால் மலைமீது ஒளியோ தங்கள் இயக்கத்தின் தலைவராகக் கருதப்படும் மனிதர் இருக்கும் அந்நிய தேசத்தின் பக்கம் கைகாட்டினான். இப்போதுதான் சித்திரவதைக்காளான மனிதன், மகுடதாரிகளின் தலைவன் காற்றின் வடிவமாக இருப்பவன் என்று எண்ணலானான். எனவே காற்றைப் பார்த்துக் கைக்கூப்பினான்.

மீண்டும் வலிமையான குறடுகளைப் பயன்படுத்தி அந்த மனிதனின் கால் விரல்களையும் இப்போது ஒன்றன்பின் ஒன்றாக இழுத்து எடுக்க ஆரம்பித்தனர். யாரும் அவன் எதற்காகச் சித்திரவதை செய்யப்படு கிறான் என்று கேட்கவில்லை. தங்களுக்கு அதை எல்லாம் அறிந்துகொள்ள அறிவில்லை என்று மகுடம் அணிந்தவர்கள் நம்பினார்கள். பகைவனைச் சித்திரவதை செய்வதன் மூலம் எதிரிகளைப் பற்றிய ஸ்தூல வடிவம் ரகசிய இயக்கத்துக்குக் கிடைத்துவிடும் என்ற நம்பிக்கையே இங்கு நடந்த காரியங்களை நியாயப்படுத்திய ஒரே முகாந்திரம்.

சொல்லின் பொருள் தன் அண்ணன் சித்திரவதை செய்பவர்களின் தலைவனாக இருந்ததைப் பெருமையுடன் நினைத்தபோது அவனது மனதில் கவிதைகள் தோன்றலாயின. மனதில் ஒரு சிறகு முளைத்ததாக நினைப்பு வந்தது. தொடர்ந்து மனம் முழுவதும் சிறகுகள் முளைக்க அண்ணன் பற்றிய நினைவுகள் மெல்ல அகன்றன. சிறிய சிறகுகள், பெரிய சிறகுகள் என்று சிறகுகள் பெருக ஆரம்பித்தன.

இவன் பறக்க ஆரம்பித்தான். இவன் பறந்தால் எங்கே போவான்? பல்கலைக்கழக மொழித்துறையில் பழமை பற்றிய துறைக்குத் தனி கற்பனைகள் தன்னை வானமளவு உயர்த்தியுள்ளன என்று செய்தி யனுப்பினான். அத்துறைப் பேராசிரியர், கவிதைகள் பாடும் வெறி அரசகுமாரனுக்குத் தோன்றியுள்ளது என்று முடிவுசெய்து உடனடியாக எல்லா அறிவிப்புப் பலகைகளுக்கும் மறுநாள் மாலை நடக்கப் போகும் கவியரங்கு பற்றிய அறிக்கை கொடுத்தார். ஒரு பெரிய அரங்கம் அலங்காரம் செய்யப்பட்டது. திடீரென்று காற்றின் வழியாக சொல்லின் பொருள் வந்துவிடலாம் என்று துறைத்தலைவர் நினைத்ததால் அவர் வெளியே வந்து காத்து நின்றார். அவருக்குக் கொட்டாவி வந்தது. கொட்டாவிவிடும் அதே நேரம் அந்த அரங்கில் நீண்ட வெண்பட்டு ஆடை ஒன்றைத் துறைப் பணியாளர்கள் விரித்தார்கள். அப்பட்டாடை மிக முக்கியமான விருந்தினர்களுக்கு

மட்டும் விரிக்கப்படும் பட்டாடை யாகும். அந்தப் பட்டாடையில் புராதன எழுத்தில் பலவித நீதிவாக்கியங்கள் அடையாளங்கள் மூலம் எழுதப்பட்டிருந்தன.

பணியாட்கள் வெண்பட்டு ஆடைகளின் ஓரங் களில் மிகச் சிறந்த மலர்ச் செடிகளை வைத்தார்கள். அதன்பிறகு தூரத்தில் அவர்களின் மொழியின் மணம் வீசியது. துறைத்தலைவர்தான் அந்த மணத்தை முதலில் கண்டுபிடித்தார். பின்பு துறையிலுள்ளவர்களை அழைத்து நம் மொழியின் மணம் வருகிறதே என்றார். உடனே அவர்களும் மணத்தை உணர்ந்தனர்.

அப்போது தூரத்தில் சொல்லின்பொருள் இரண்டு படைவீரர்கள் இருபுறமும் 'லெப்ட் ரைட்' சொல்லிக் கொண்டு வர கவிதை நடையிட்டு வந்தான்.* அதனைக் கண்ட துறைத் தலைவர் கவி வருகிறார் என்று அறிவிக்க உத்தரவு இட்டார். பெண்கள் வரவேற்பதற்காக அந்நாட்டில் செய்யும் நெருப்புச் சடங்கைச் செய்தனர். தனக்கா இவ்வளவு வரவேற்பு என்பதைப் பார்த்த சொல்லின் பொருள் தன் கண்களை நம்பாமல் 'எனக்கா இவ்வளவு வரவேற்பு?' என்று துறைத் தலைவரைக் கேட்டான். அவர் 'ஆம்' என்றவுடன் அவனுக்கு என்ன தோன்றியதோ, ஓட ஆரம்பித்தான். ஓடி, துறைக்குள் நுழையும் வாசலை அடைந்த அவன் செய்த காரியத் தைப் பார்த்துப் பெண்கள் கண்களை அடைத்தனர்.

இப்படி அரசகுமாரன் நியாயமாகவோ அநியாயமாகவோ பெண்கள் தம் கண்களை மூடும்படி வைத்துக் கவிதை பாடிய நிகழ்ச்சி பற்றி மக்கள் பேசி ஓய்வதற்குக் கொஞ்சகாலம் ஆனது.

அப்படியே சில ஆண்டுகளும் கழிந்தபோது அந்த வாரத்தின் கடைசிநாள் தெகிமொலாவின் தலைநகர் எங்கும் ஒட்டப்பட்டிருந்த சர்க்கஸ் பற்றிய அறிவிப்பு எல்லோர் கவனத்தையும் கவர்ந்தது. ராணி யிருந்த மாளிகைக்கு எதிர்ப்புறம் வரிசை வரிசையாக மைதானத்தின் சுவர் முழுவதும் அவை ஒட்டப்பட்டிருந்தன. பலவிதமான சுவரொட்டிகள் சர்க்கஸின் வருகையைத் தெரிவித்திருந்தன. அவற்றில் சில கிடை கோட்டில் ஒட்டப்பட்டிருந்தன. சில்வற்றில் அழகிய பெண்கள் உயரத்தில் கயிறுகளில் பிணிக்கப்பட்டு ஆடுவது காட்டப் பட்டிருந்தது. இன்னும் சிலவற்றில் பெண்களின் கைகளிலிருந்த நீளக்கோலில் சுழலும் தட்டுகள் தென்பட்டன. வேறு சில

* இது நம்பமுடியா நிகழ்ச்சி என்று பல ஏடுகள் கூறுகின்றன.

சுவரொட்டிகளில் கொடுமையான புலிகளை ஒரு மரப்பலகையின் மீது ஓர் உயரமான கட்டுமஸ்தான மனிதன் அடித்துப் பயமுறுத்திக் கொண்டு நின்றான்.

மக்கள் பலநாடுகளில் வெற்றிக்கொடி நாட்டிய இந்த சர்க்கஸ் பற்றியே பேசிக் கொண்டிருந்தார்கள். கனவுகளை அதிகம் நேசிக்கும் அம்மக்களுக்கு சர்க்கஸ் மிகவும் விருப்பமானதென்பது எல்லோரும் அறிந்த செய்தி.

சர்க்கஸ் பற்றித் தன் வாடிக்கைக்காரர்களிடம் பேசுகையில் முடி அலங்கார அங்காடி வைக்க அந்த ஊருக்கு வந்த நாவிதர் இப்படிச் சொன்னான்:

'யேய், ஏமாளிகளா! நம்பிவிடாதீர்கள். இந்தப் படத்தில் இருக்கும் எல்லாக் காட்சிகளும் இருக்காது. சர்க்கஸ் வந்ததும் போய்ப் பாருங்கள். அவர்கள் நம் காசைச் சுருட்டச் செய்யும் ஏமாற்று வேலை இது. சர்க்கஸ் சுமாரானதுதான். நான் அடுத்த நாட்டில் இருந்த போது பார்த்ததுதான் நிஜமான சர்க்கஸ். ஒரு குழந்தையின் கழுத்தில் லாரியை ஏற்றுவார்கள் தெரியுமா?'

நோட்டீஸ்களாலும் சுவரொட்டிகளாலும் ஏற்படாத விளம்பரத்தைப் நாவிதர் ஏற்படுத்தினான். காரணம் நகரத்தின் பெரிய அதிகாரி களுக்குமழிப்பவன் அவன். உயர் அந்தஸ்தில் இருக்கும் பல அதிகாரிகள் அவனிடம் மாறுவேஷத்தில் வந்து போகிறார்கள் என்று அவன் சொல்வது நிஜமோ பொய்யோ தெரியாது. ஆனால் அரண்மனைக்குச் சென்றுவரும் நாவிதன் இவன் ஒருவன்தான் என்பதை நகரத்தில் சிறுபிள்ளைகூடச் சொல்லிவிடும். எனவே அவனிடம் வருபவர்களுக்கு அரண்மனை விஷயங்களை அள்ளிக் கொடுப்பவன் அவன்தான். ஆனால் அவன் சொல்வதை நம்பக் கூடாது என்பதைப் புத்திசாலிகள் என்று தங்களைக் கருதும் பலரும் முன்பே தெரிந்திருந்தார்கள். மிக முக்கியமானவர்கள் தன்னிடம் முடி அலங்காரம் செய்ய வருகையில் எவ்வளவு விசித்திரமாக நடந்து கொள்கிறார்கள் என்பதை நாவிதன் சொன்னபோது யாரும் முதலில் நம்பவில்லை. மொழித்துறைத் தலைவர் தன்னிடம் முடி அலங்காரம் செய்யவருகையில் தான் அவரை ஒரு கயிற்றால் கட்டிவிட்டே முடி வெட்டிய தையும் கைக்கிடையில் சிரைப்பதையும் கூறியபோதும் முதலில் பலர் நம்பவில்லை. ஒருநாள் கடையின் உள்ளறையில் நகரின் முக்கியமான குடிமக்களை அழைத்து அவர்களை உள்ளே ஒளித்து வைத்து மொழித்துறைத் தலைவரை

நாற்காலியில் அமரவைத்து முதலில் கயிறுகளால் கட்டாது, சுவரில் தொங்கிய தோலில் கத்தியைத் தீட்டி அவர் உடலில் கை வைத்தான், நாவிதன். ஒரே துள்ளலில் தன் முன்பிருந்த கண்ணாடியில் மோதி சிரைப்பதற்காக வைத்திருந்த நீரைத் தட்டிவிட்டுக் கீழே விழுந்தார் அவர். பின்பு கோபத்தோடு, 'வழக்கமாய் செய்வதுபோல் கயிறுகள் கட்டி ஏன் சிரைக்கவில்லை? எனக்கு நுண்மையான கவிதை ரசனை இருப்பதால் கூச்சம் அதிகம் என்பது உனக்குத் தெரியாதா?' என்றார். உடனே உள்ளறையி லிருந்து சிறுசிறு துவாரங்களின் வழி இக்காட்சியைப் பார்த்துக் கொண்டிருந்தவர்களிடம் கண் சிமிட்டிக் கொண்டு, நாய்களைக் கட்டும் ஒரு கயிற்றைக் கொண்டுவந்து துறைத்தலைவரின் கழுத்து வழி, கயிற்றை மார்பில் குறுக்காக இழுத்துக் கால்களையும் சேர்த்து நாவிதன் நாற்காலியோடு சேர்த்துக் கட்டி விட்டு அவரைத் தொட்டு முகச்சவரம் செய்தான். அன்றிலிருந்து அதிகம் பொய்பேசாத நகரின் குடிமக்களில் ஒருவன் நாவிதன் என்ற பெயர் பரவலாயிற்று.

இவ்வாறு சர்க்கஸ் செய்தியும் நாவிதன் பற்றிய செய்தியும் தெகிமொலா சரித்திரத்தில் அறிமுகப்படுத்தப்பட்டிருந்தன.

௦

9

பச்சை ராஜன் புரிந்த கடைசிப் போர்*

தன்னைத் தொடவிடாமல் பச்சைராஜனிடமிருந்து கற்பைக் காத்த பாக்கியத்தாயைப் பற்றிக் கூறும் ஏடுகளில் இது காணப்படா விட்டாலும் ஒரு கலைக் களஞ்சியம் பச்சைராஜன் புரிந்த கடைசிப் போரைப் பற்றிக் கீழ்வருமாறு கூறுகிறது (இந்த நிகழ்ச்சி பச்சை ராஜனின் முப்பத்தொன்றாம் ஆண்டில் நடந்த ஒரு சம்பவமாய் சரித்திர ஆசிரியர்கள் குறித்துள்ளனர்).

'மழைக்காலம் ஆரம்பமானதும் போர் ஆரம்பமானதும் ஒன்று போல் நடந்தன. அரசனின் ஆணையின் கீழிருந்த படைகள் இரண்டாம் தாக்குதலைத் தொடுத்தாலும் கறுப்புக்கவசம் அணிந்த தலைவனால் வழிநடத்தப்பட்ட வடக்குத் திசைப் படைகள் ஏற்கனவே பலவீனமுற்று இருந்ததால் வெகுவிரைவில் இன்னும் பலவீனமுற்றன. இந்தத் தாக்குதல் கோட்டையின் கீழ் இருக்கும் படைகளை அந்த இடத்திலிருந்து விலகும்படி செய்வதை நோக்கமாகக் கொண்டிருந்தது. அது போல் அவர்கள் காத்துக்கொண்டிருந்த கீழ்வாசலின் நிலையை ஆராய்வதும் இன்னொரு உபநோக்கமாகும். பகைவனின் மூன்று பிரிவுகளாக இயங்கும் எட்டாவது எண்ணுள்ள படை அந்த இடத்திலிருந்தது. பச்சைராஜன் தன் கீழிருந்த லெஃப்டினன்ட் ஒருவனை அழைத்துத் தன் படையிலிருந்த வீரர்கள் எதிரியைச் சுற்றி நான்கு மைல் தூரத்தில் வளைக்க ஏவினான்.

* இந்த நிகழ்ச்சி பற்றி நான்கு நூல்கள் கூறுகின்றன. அவை:

1. வஜ்ரயோகியின் வியாகரணம்
2. ரஸ ஸூத்ர
3. அநுபாவ சிந்தாமணியின் கடைசிபாகத்தின் இரண்டாம் அத்தியாயம்
4. தந்திரபட்டனின் (இது லாங்கோர்ட் கிரீன் அண்ட் கம்பெனி மூலம் ஆங்கிலத்தில் வெளியிடப்பட்டது) நிகண்டு.

அவர்களைச் சுற்றி வளைக்க ஏழு டிவிஷன் படை வேண்டும் என்று முன்கூட்டித் தெரிந்திருந்தது நல்லதாகப் போயிற்று. குதிரைப் படைகள் கணிசமாக இருந்தன. அரசன் தன் தந்திரோபாயத்தால் முதலில் தங்கள் எதிரியின் படைகளை ஆச்சரியப்பட வைக்க விரும்பினான். அவர்கள் ஆச்சரியப்படுவது தனது வெற்றிக்கு முதல்படி என்றான். இது போர்த் தந்திரங்கள் சம்பந்தப்பட்டதில்லை என்றாலும் இத்தகைய முடிவை அரசன் எடுத்தான். திடீரென்று வளைக்கும்போது ஏற்படும் ஆச்சரியம் ஒரு பாம்பாகிப் பகைவர்களின் மனதின் வலிமையில் விஷம் படரும்படியாகச் செய்துவிடும் என்பது அரசனின் எண்ணம். அவ்வாறு ஆச்சரியப்படவைப்பதை முதன்மை நோக்கமாக வைத்துப் படையை முன்னேற வைப்பது அரசனின் சமீபகாலமாகச் சில தோல்விகளுக்குக் காரணம் என்று சேனைகளின் பல பிரிவினர் யோசனை கூறிப் பார்த்தார்கள். அரசன் அதனைக் கேட்பதாக இல்லை. 'ஆச்சரியம் இல்லாத யுத்தம் யுத்தமில்லை, வெறும் கொலைதான் அது' என்று தன் தத்துவத்தை இம்மியளவும் விட்டுக்கொடுக்க அரசன் ஒத்துக்கொள்ளவில்லை. 'நான் யுத்தம் தான் செய்வேனேயொழிய கொலை செய்ய ஒரு நாளும் ஒப்ப மாட்டேன்' என்ற அரசனைப் பார்த்துச் சேனாதிபதிகள் திருதிருவென விழித்தனர். என்ன செய்வதென்று புரியவில்லை. அரசன் தன் படைத் தலைவர்களான கர்னல்களையும் காப்டன்களையும் அழைத்து, 'நம் எதிரிகள் முதலில் நமது போர்த் தந்திரங்களைப் பார்த்து ஆச்சரியப்பட வேண்டும். என்ன செய்வது? சொல்லுங்கள்' என்றான்.

அதற்கு அவர்கள் இப்படிக் கேட்டனர்.

'ராஜனே, நாம் போரில் பகைவரைக் கொல்வது முக்கியமா, பகைவரை ஆச்சரியத்தில் மூழ்கடிப்பது முக்கியமா?'

'நண்பர்களே! ஆச்சரியப்படுகிறவன் சிறந்த போர்வீரன். நாம் சிறந்த போர் வீரர்களை வென்றால்தான் அது நம் வெற்றி. இரண்டாம் தர போர்வீரர்களை வெல்வது வெற்றி அல்ல, தோல்வி' என்ற ராஜனிடம் எதுவும் பேசுவது உசிதமல்ல என்று படைகளின் தலைவர்கள் கோபமாக,

'நாம் இருப்பது போர்க்களத்தில், விளையாட்டு மைதானத்தில் அல்ல' என்றார்கள்.

அதற்கு அரசன், 'இப்போது நீங்கள் பேசியது வெகு சாதாரண உண்மை!' என்றான்.

மறுபடியும் அரசனிடம் வாக்குவாதம் செய்வதற்குப் படைத் தலைவர்கள் விரும்பாததாலும் அரசனின் புத்தி சுவாதீனத்தை இன்னும் நம்பியதாலும் அரசனது படைத் தந்திரத்தைப் பின்பற்றுவ தில்லை என்று தனியாகக் கூடி அவர்கள் முடிவெடுத்தனர்.

எனவே அரசன் தனியாகவும், படைத்தலைவர்களும் வீரர்களும் இன்னோரணியாகவும் மாறினர். அரசன் மறுநாள் தூக்கத்திலிருந்து எழுந்து தன் வீரர்களைத் தேடியபோது அவர்கள் இல்லாததைக் கண்டு அவர்களைச் சபித்தபடி அரண்மனைக்குத் திரும்பினான். படையானது அரசியின் உத்தரவின்கீழ் வந்த கதையும் இதுதான். கருணாகரத் தொண்டைமான் நேரடியாக அரசியின் ஆணைகளைப் பெற ஆரம்பித் ததும் இப்படித்தான். அதுபோலவே பச்சைராஜனின் கடைசி போர்க்களமாகவும் அது மாறியது. அதன் பிறகு அவனது போர்கள் நினைவுகளில் நடத்தப்பட வேண்டிய போர்களாக ஆகிவிட்டன. இவ்வாறுதான் நினைவுக்களத்தில் ஒரு போரும் போர்க்களத்தில் ஒரு போரும் நடத்தப்படும் நாள் தெகிமொலா சரித்திரத்தில் ஏற்படலாயிற்று.'

சர்க்கஸ்காரர்கள் முதல்காட்சி துவங்குவதற்கு மூன்று வாரங் களுக்கு முன்பே நகரத்தைக் கலகலப் பூட்ட ஆரம்பித்துவிட்டார்கள். சர்க்கஸ் வாகனத்தின் மீது கோமாளி ஆடிக்கொண்டே போனது தூரத்தில் தெரிந்தது. மரக்கிளைகளுக்கிடையில் இருபுறமும் வரிசை வரிசையாக உயர்ந்திருந்த கட்டிடங்களுக்கிடையில் அந்தக் கோமாளி மிதந்து சென்றுகொண்டிருந்தான். நகரின் மக்களும் சர்க்கஸ்காரர்களுடன் சேர்ந்து யார் சர்க்கஸ் வித்தைக்காரர், யார் நகரத்தவர் என்ற வித்தியாசமின்றி ஆடிப்பாடிக் கொண்டு சென்றனர்.

பச்சைராஜனின் வாழ்க்கைச் சரித்திரத்தைத் தொடர்ந்து அறிந்துகொள்ள விரும்புகிறவர்கள் உடல் உப்பி ராணிபட்ட கஷ்டம் தீர்ந்து போனதை அறிந்து மிகவும் மகிழ்வார்கள். அதுபோல் மொழிச்சிதைவு நோய்க்காளாகிச் சீர்கெட்ட அவளும் அவளுடன் ராஜனும் எவ்வாறு வாழ விதிக்கப்பட்டனர் என்பது கீழ்வருமாறு:

'அதன்பின் பச்சைராஜன் நூலகத்துக்கருகிலிருந்த ஒரு பெரிய அறையைத் தனக்குரியதாக ஆக்கிக் கொண்டான். இன்னொரு பெரிய அறை ராணிக்குரியதாக மாறியது. மெதுமெதுவாக ராணியுடன் ஒரே அறையிலிருந்து உணவு சாப்பிடும் சம்பிரதாயமும் நின்று விட்டது. இது பணிப்பெண்களுக்கும் சமையல் செய்பவர்களுக்கும் எந்தப் பிரச்சினையையும் கொடுக் காததால் அதுவே நிரந்தர

ஏற்பாடானது. மாளிகை, பணிப்பெண்களின் வசதிக்குரியதாக மாறியது. அவர்கள் உணவு உண்ணும் நேரம், மற்றும் உடை உடுத்தும் நேரம் இவற்றிற்குத் தக ராணி மற்றும் ராஜாவின் உணவு நேரமும் உடை உடுத்தும் நேரமும் குளிக்கும் நேரமும் மாறியது. இது ராஜனிடமிருந்து எந்த எதிர்ப்பையும் வரவழைக்க வில்லை. ஆனால் ராணி, தான் குளிப்பதற்காகப் பணிப்பெண்டிரால் ஒதுக்கப்பட்ட இரவு எட்டுமணி என்ற ஒதுக்கீடு தனக்கு ஒத்துப் போகாது என்பதை இரண்டாவது நாள் கண்டுபிடித்தாள்.

ராஜா தனது இறுதிப் போரையும், தன் கணவனுடனான இன்னொரு சண்டையையும் நினைக்கும் வேறொரு உலகில் வாழும்படியாகப் பழக்கவழக்கங்களை மாற்றிக்கொண்டபின், பணிப்பெண்கள் மாளிகையில் தங்கள் அதிகாரத்தைச் செலுத்த முன் கூட்டியே ஆயத்தங்கள் செய்தனர். பணிப்பெண்கள் குளிப்பது சரியாக 6 மணிக்கு என்றும், உணவு உட்கொள்வது சரியாக காலையில் 8.30 மணிக்கு என்றும் ஏற்பாடானது. சிலவேளைகளில் ராணியின் ஆடைகள் இருந்த அறைக்குச் சென்று மிக உயர்ந்த ஆடைகளைப் பணிப்பெண்கள் தங்களுக்குள் யார் யாருக்கு எது எது என்ற ஒப்பந்தத்துக்கு வந்தபின், அவற்றை அணிந்துகொண்டு நடமாடவும் ஆரம்பித்தனர்.

ராணியின் உணவுநேரம் மாற்றம் அடைந்தது. சில நாட்கள் குளிப்பது இல்லாமல் ஆயிற்று. வார்த்தைகள் ஓரளவு வாயில் சரியாக வந்தாலும் அவை முழுமையாக சரியாகிவிட்டன என்று சொல்வதற்கில்லை. சில வேளைகளில் மட்டும் மொழிச் சிதைவுநோய் வந்து ராணியைத் திக்குமுக்காட வைத்தது. அந்த நேரங்களில் பணிப் பெண்கள் ராணியை அவளது அறையில் அடைத்து வைத்து ஒரு வீரனைக் காவலுக்கு வைத்தனர். காவலர்கள் ஏதும் தெரியாத அப்பாவிகளாக இருந்ததால் பணிப்பெண்கள் சொல்படி நடந்தனர். சிலவேளை ராணியே வந்து காவலர்களிடம் கெஞ்ச வேண்டியதாயிற்று.

அப்படித்தான் அன்றும் நடந்தது. அன்று ராணி தன்னுடைய மகுடத்தை அணியும் நாள். அவள் கண்களை மூடியபடியே அதிகாரமான தொனியில், கருந்தேக்குக் கதவுகளுக்கு அருகில் வந்து காவல் காத்தவனை அழைத்துத் திறக்கச் சொன்னாள். காவலன் அதற்கு முன்பு ராணியின் சப்தத்தைக் கேட்டதில்லை யாகையால் ராணியை யாரோ ஒரு பெண் என்று நினைத்து ஏகவசனத்தில் பேசினான். உடனே அறையிலிருந்த ராணி மிகுந்த கோபத்தோடு

கதவை உதைத்தாள். ராணி அந்த வயதான, நோய் பீடித்த நிலையிலும் தன்பலத்தால் அந்தக் கதவை நேரடியாகப் பிளந்துவிட்டதைக் கவனித்த சேவகன் பயந்தவனாக, 'தாயே, பணிப்பெண்கள் உங்களை வெளியே விடக்கூடாது; நீங்கள் உள்ளே இருளில் அடைந்து கிடப்பதுதான் உங்களின் நித்தியநோயைத் தீர்க்கும் என்றார்கள். தாங்கள் யார் என்பதை இப்போதாவது தெரிவியுங்கள். இப்படி இந்தக் கருந்தேக்கு மரக்கதவை இந்த வயதில் உடைக்க எங்கள் நாட்டில் ஒரே ஒருவரால்தான் முடியும். அந்த ஒருவர் நம் ராணி பாக்கியத் தாயாகத்தான் இருக்கமுடியும். தாங்கள் யார் என்று எனக்கு அறிவித்துவிட்டு அடியேனைத் தண்டியுங்கள்' என்றான் பவ்வியமாக. இத்தனை நாள் தான் எழுந்து நடமாடாததையும் மறந்தாள் ராணி. கண்ணிமைகள் மூடியபடியே தனது நீண்ட அறையின் பிளந்து கிடந்த கதவை ஒருமுறை நோட்டம் விட்டாள். செடி ஒன்று இலையும் பூவும் மென்மையான மொட்டுகளுமாய்ப் பின்னிப்பிணைந்து ஓடுவதுபோல் செதுக்கப்பட்ட அந்த அழகான கதவு இரண்டாகப் பிளந்து ஒரு பகுதி கீழே கிடந்தது. மேல்பகுதி இன்னும் சுவரில் பிணைந்திருந்த சட்டத்தில் தொங்கிக்கொண்டு நின்றது.

சேவகன் பணிவாக ஓரத்தில் ஒதுங்கி நின்றான். ராணி கோபம் கொண்டு தனது வயதையும், அதுநாள் வரையான தனது அலுப்பையும் அறையில் படர்ந்திருக்கும் இருட்டுக்குள் வீசிவிட்டு வந்துள்ளாள் என்று பணிப்பெண்கள் கேள்விப்பட்டு ஒளிந்துகொண்டனர். சேவகன் வாளைப் பிடித்தபடி ராணியைப் பார்த்தான்.

'நான் யார் என்று உனக்குத் தெரிகிறதா?' என்று அவள் கேட்டவுடன் சேவகன் இப்படிப் பதில் சொன்னான், நடுங்கும் குரலில்.

'இப்போதுதான் தெரிகிறது தாயே, என்னைத் தண்டிக்க வேண்டும் இதோ வாள்.'

அவனைச் சற்றுநேரம் கண்மூடியபடியே பார்த்த பாக்கியத்தாய், தனது மாளிகை மாறிவிட்டதை அறிந்தாள். என்றாலும் அவள் வாழ்வதற்காக உருவாக்கிக் கொண்ட நகைச்சுவை உணர்வு முற்றிலுமாகப் போய்விடவில்லை. எனவே அவனைப் பார்த்துச் சில கேள்விகளைக் கேட்பதெனத் தீர்மானித்தாள். அப்படி அவள் கேட்ட முதல் கேள்வி:

'நீ யாரப்பா?'

இரண்டாவது கேள்வி.

‘நீ எதற்காக வாள் பிடித்துக்கொண்டு நிற்கிறாய்?’

மூன்றாவது கேள்வி,

‘என் ஆணையைக் கேட்டு நீ ஏன் கதவைத் திறக்கவில்லை?’

மூன்றாவது கேள்வி மட்டும் தன்னைப் போன்ற அப்பாவிகளுக்குப் புரியக்கூடியதென்பதை உணர்ந்து பவன் போல் பதில் சொன்னான்.

‘ராணியே! தங்களின் குரல் மாறிவிட்டது. அதனால் நான் ஏமாந்து போனேன்.’

இந்தப் பதிலை எதிர்பார்க்காதது போலிருந்தது அவளது முகத்தோற்றம். பின்பு தனக்குத் தானே சொல்வதுபோல் இப்படிச் சொன்னாள்: ‘என் குரல் மாறும் என்பது எதிர்பார்க்கக் கூடியதுதான். என்றாலும் இவ்வளவு விரைவில் குரல் மாறும் என்று எதிர்பார்க்க வில்லை.’

அவ்வாறு கூறிக்கொண்டிருந்தபோது தன் மூடிய கண்கள் வழியாக ஒரு நிழல் தன்னைத் தூரத்தில் நின்று பார்ப்பதைக் கவனித்தாள் பாக்கியத்தாய்.

‘அந்த நிழலைக் கைது செய்துவா’ என்றாள்.

அந்த நிழல் மெதுவாய் அருகே வந்தது. அருகில் வந்ததும் காவலன், ‘விண்ணகமும் மண்ணகமும் வென்று, புறமுதுகிட்டோட, பகையரசர்கள் அவர் களின் யானையும் சேனையும் அடிபணிய போர் செய்யும் ராஜமார்த்தாண்ட ராஜாதிராஜா பச்சை ராஜா வருகிறார் பராக்’ என்றான். அரண்மனையில் அரசர் வரும்போது ‘பராக்’ ஒலிப்பதுபோல் உரக்க ஒலித்தான்.

ராணி இப்போது அரசனைப் பற்றி மறந்தேவிட்டாள். எனவே அரசனை அந்தக் காவலன் நினைவூட்டியதற்கு நன்றி கூறி அரசனை நேராகப் பார்த்தாள்.

அரசன் தன் முதுமையை இப்போது ஒளித்து வைத்துக்கொண்டு அவளைப் பார்த்தான். சற்றுநேரம் அப்படியே ராஜன் நின்றதைப் பார்த்த அரசி, அரண் மனையின் நிலை இப்படிக் கெட்டுப் போனதை அரசர் ஏன் கவனிக்கவில்லை என்றாள். இந்த அரண்மனை யில் உணவு உண்ணும் பழக்கத்தை மாற்றியதற்கு யார் காரணம் என்றாள். அதுபோல் அரண்மனையில் குடியேறியுள்ள மௌனத்தை யார் கொண்டுவந்து குடியேற்றியது என்று தூஷித்தாள். தன்னுடம்பை இப்படிக் கெட்டுப்போகும்படி செய்வதில் ராஜனுக்குள்ள பங்கு என்ன என்று இறுதியாகக் கேட்டாள்.

இப்படி இறுதியாகக் கேட்டவுடன், அரசன் அவளைத் திருமணம் செய்த இத்தனை ஆண்டுகளில் ஒருநாள்கூட அவளைத் தொட்டதில்லை என்று கூறினான். அதனை அவள் சர்ச்சைக்குள்ளாக்கவோ, மறுக்கப்போவதோ இல்லை என்றாள்.

அதன்பிறகு அவள் அரசன்மீது கோபம் இல்லை என்றாள். அவன் தனக்கும் அவள் மீது கோபம் இல்லை என்றான்.

அப்படியானால் தனியான அறை ஒன்றில் ஒதுங்கிப் பணிப் பெண்கள் மூலம் செய்தி அனுப்பும்படி ஒரு சூழ்நிலையை மாளிகையில் உருவாக்கியது யார், என்று கேட்டாள்.

இதற்கு அரசன் நேரடியாகப் பதில் தரவில்லை என்று எண்ணும்படி ஒரு பதிலைத் தந்தான்.

'உருவாகிவிட்ட நிலைமையை ஏற்றுக் கொள்வது தான் விவேகமே ஒழிய நடந்துவிட்டதன் காரணத்தைத் தேடுவது காலவிரயம்.'

அவள் கண்மூடியபடியே அவனைப் பார்த்தாள். அவனது உடலின் ரகசியக் கட்டளைகளை அவள் அறியாவிட்டாலும் அவனது ஆன்மாவின் நாடி நரம்புகளை அறிந்தவளாதலால் அவன் பதில் திமிர் கொண்டது அல்ல நிஜமானது என்று அறிந்தாள்.

அவள் இப்போது ஒருவித இரண்டுபட்ட மன நிலையை அடைந்தாள். அன்பும் கோபமும் மாறி மாறித் தோன்றியது. அவளுக்கு உணர்ச்சிகளைக் கட்டுப்படுத்தத் தெரியாதென்று அவள் அறியாவிட்டாலும் உண்மை அதுதான்.

பின்பு திடீரென அரசிக்கு எங்கிருந்து வந்தது என்று தெரியாமல் ஓர் ஆசை வந்தது. சேவகனிடம் தனது வெள்ளைக் குதிரையைக் கொண்டு வருமாறு பணித்த அவள் மாளிகையிலிருந்து கீழே இறங்கினாள்.

அதன்பின் அரசன் தன் வாள்போர் சாகஸங்களை நினைவு கொள்ளும் சமீபகால நேரப் போக்கில் ஆழ்ந்தான்.

ராஜனது நினைவுகள், ராஜர்களோடு போர்களில் ஈடுபட்டதும், வீரர்களை வாள் போரில் சந்தித்ததுமான நாள்களைத் தேடிப் பார்த்தன. அந்த நாள்களைத் தேடுவதற்குத் தன் ஞாபகங்களை அழைத்துப் 'பறந்து போங்கள்' என்று கூறினான். அவை அவனது ஆணையை மேற்கொண்டன. அவன் நினைவுகளின் மூலம் பல ஆண்டுகளைக் கடந்து சவாரி செய்தான். அங்குச் சிறிய வீதிகளில் சென்ற பல்லக்குகள் ராஜனின் நிழல்களைக் கண்டு ஒதுங்கின. எல்லா மனிதர்களும்

அன்று எங்கோ ஓடிப்போய்விட்ட ஒழுங்கும் நியதியும் வழிகாட்ட, விதிமுறைகள் தப்பாது நடந்தனர். கால மாற்றங்களும் பருவங்களின் சுழற்சியும் ஒரு லயத்துடன் நடந்தன என்று கண்டான். தன் குடும்பத்துக்குள் வந்த தன் மனைவியின் குணத்துக்குள் ஒரு பகைவன் புகுந்தான் என்பது இவனுக்கு என்றைக்கு அறிவுக்குள் தோன்றியதோ அன்றே எல்லாம் மாறின. சட்ட சபைகளில் வாக்குவாதங்களில் தேவைக்கு அதிகமான நேரத்தைக் கடத்தினர். நாட்டிலுள்ள மூத்தவர்கள் அதனைக் கண்டித்தும் காரியங்கள் சரியாகவில்லை. அவன் சற்றுநேரத்தில் நினைவுகளிலிருந்து தப்பினான். நினைவுகள் வில்போலவும் இவன் அம்பு போலவும் மாறித் திடீரென்று அந்த வில்லிலிருந்து விடுபட்டான். பின்பு நினைவுகளற்றவனாக நடந்தான். அப்பொழுது அரண்மனைக்கு வெளியிலிருந்த மைதானத்தில் ராணி வயதையும் மீறிய தன் உடம்புடன் குதிரைமீது அமர்ந்து மிகவேகமாகச் சவாரி செய்து கொண்டு இருந்தாள். அதைக்கண்ட ராஜன் தன் அறையை நோக்கிச் சென்றபோது அவனை அங்கிருந்த மௌனம் ஒரு வாக்குவாதத்தில் ஈடுபடுத்தியது. மௌனத்தோடு ஒரு நீண்ட வாக்குவாதத்தைச் செய்வதற்குத் தயாரானவன்போல் சிங்கமுகம் பொறித்த தங்கத்தால் செய்யப்பட்ட அகலமும் வலிமையும் கொண்ட தன் நாற்காலியில் போய் அமர்ந்து வானத்தைப் பார்த்தான்.

பணிப்பெண்கள் மிகுந்த திறமையான ராஜ தந்திரங்கள் கற்றவர் களைப்போல் நடந்தனர். ராணியின் விருப்பப்படியே காரியங்கள் நடந்தன. நாள்கள் போகப்போக மீண்டும் பணிப்பெண்களின் விருப்பமே அரண்மனையின் நியதியானது.

ஏனெனில் ராணியின் அறை மீண்டும் பூட்டப்பட்டது. அங்கு உடைந்த கதவு மிகுந்த தொழில்நுட்பம் உடையவர்களால் செப்பனிடப்பட்டது மட்டும் காரணமல்ல. ராணி அவ்வப்போது கதவை உடைக்கும் பலம் பொருந்தியவளாய்க் காட்சி தந்தாலும் முதுமையும் காலமாற்றமும் பலவேளை அவளைச் செயலற்ற வளாக்கி விட்டன. ராணியிடம் வார்த்தைகள் ஓரளவு பணிவுடன் நடந்து கொண்டாலும் மொழிகள் அவளை இரக்கத்துடன் பார்க்கவில்லை. சிதைவுற்ற வார்த்தைகள் சரியாகிவிட்டதென்றாலும் அவளது ஆங்கிலம் அவளுக்கு ஏதும் சேதம் விளைவிக்காவிட்டாலும், அவள் சிறுவயதில் அறிந்த ஜெர்மன் மொழியும், பாரசீக மொழியும் அவளது பலவீனமான மனதில் குறும்புத்தனங்கள் செய்ய ஆரம்பித்தன. எடுத்துக்காட்டாக ஒருநாள் இப்படிப்பட்ட ஒரு சம்பவம் நடந்தது.

கண்களைத் திறந்தபடி ராணி தனது ஈட்டிமரக் கட்டிலில், செம்பஞ்சு பட்டுத் தலையணையில், பூக்களின் இதழ்கள் தூவப்பட்ட படுக்கையில் படுத்திருந்தபோது வேறு மொழிகளின் படையெடுப்புக்கு அவள் மனம் ஒரு போர்க்களமாக மாறியது. அதற்கு முந்தினநாள் வெகுநேரம் தனது சிறுவயது புகைப்படங்களை அவள் பார்த்துக் கொண்டு வந்தாள். ஒரு படத்தில் ஜெர்மன் செய்தித்தாளைத் தன் வார்த்தையிலிருந்து பிறந்தமகன் என்று கருதப் படுகிறவன் தின்றுகொண்டிருப்பதைப் பார்த்தாள். அந்தக் காட்சி படுத்திருந்தவளின் கனவாக மாறி ஜெர்மனியிலிருந்து வந்த ஜெர்மன் மொழி ஒரு விதூஷகன் போல நடை நடந்து தன் மாளிகைக்கு முன் இருக்கும் தெருவழியாக வந்ததைக் கண்டாள். அது தன் மகனைத் தூக்கிக்கொண்டு வெளியில் வந்ததும் ஒரு பூவாக மாறிப் பறக்க ஆரம்பித்தது. அப்போது ஒரு மரம் நின்று கொண்டிருந்தது. பூ போய் மரத்தின் கிளையில் அமர, பூவின் இரு இறக்கைகளும் உதிர்ந்தன. இப்போது மரம் 'அ பெ செ டெ எ ஃப்' என்று ஜெர்மன் மொழியின் அரிச்சுவடியைப் பேச ஆரம்பித்தது.

அன்றிலிருந்து அவளது மனது இடதுபுறம் ஜெர்மன் மொழிக்கும் வலதுபுறம் பாரசீக மொழிக்கும் இடம் கொடுத்ததென்று, அரசியை மிகக் கவனமாகத் தூரத்திலிருந்து கவனித்துவரும் மொழித் துறையின் வர்ணனை மொழியியல்வாதிகள் கண்டுபிடித்தனர்.

மறுநாள் அதிகாலையில் அச்செய்திகளைப் பத்திரிகைகளில் படித்த அரசி உடனே தன் கண்டனத்தை ஆங்கிலத்தில் இரு வார்த்தைகளாய் வெளிப்படுத்தினாள்.

'மாட்டுச் சாணம்'

o

10

ராணி கோபத்திற்கும் அன்பிற்கும் நடுவில் அகப்பட்டுத் தடுமாறி அந்த உணர்ச்சிகளிலிருந்து தப்புவதற்குக் குதிரை சவாரி செய்தபின் தேவையின்றி ஜெர்மன் மொழியையும் பாரசீக மொழியையும் பேசியதை அறியாத கவிஞன் சட்டசபையில் கவிதை படித்து சட்டசபை உறுப்பினர்களின் மனங்களை மென்மை யாக்க அன்று தீர்மானித்திருந்தான். அப்போது கௌரவ சட்டசபை உறுப்பினராக வந்தமர்ந்து சட்டசபை உறுப்பினர்களிடம் மொழிப் பற்று இருக்கிறதா என்று ரகசிய உளவாளிகள் மூலம் கண்காணித்து வந்த மொழித்துறைத் தலைவர், ஒரு மூலையில் அமர்ந்து சிரிக்கலானார். சட்டசபைக் காவலர்கள் வந்து 'ஏன் சிரிக்கிறீர்கள்?' என்று கேட்டபோது 'அன்று பார்பர் என்னைச் சிரைத்தபோது ஏற்பட்ட கிச்சுமுச்சை நினைத்துச் சிரித்தேன்' என்றார். அவ்விஷயத்தை யாரும் கவனிக்காததால் கவிதை படிக்கும் நிகழ்ச்சி முடிந்தவுடன் சட்டசபை உறுப்பினர்கள் கல்லாகிப் போன தங்கள் மனம் உருகிவிட்டதென்று கூறி, இனி நல்ல சட்டசபை உறுப்பினர்களாகத் தாங்கள் செயல் படமுடியும் என்று நம்பிக்கை தெரிவித்தார்கள். அத்தோடு மறக்காமல் தெகிமொலா மொழி வார்த்தைகளுக்கும் தங்கள் வந்தனங்களைத் தெரிவித்ததாகச் சட்டசபையில் ஒரு தீர்மானத்தை நிறைவேற்றினார்கள். ஒருவர் விஷயம் புரியாமல் எதற்காக வார்த்தைகளுக்கு நன்றி தெரிவிக்கவேண்டும் என்று கேட்டபோது, சட்ட சபை கொறடா முன்வந்து அவரைச் சற்று எரிச்சலுடன் உற்றுப் பார்த்து, 'வார்த்தைதானே இத்தகையக் கவிதை பாடும் ஒரு கவிஞனைத் தெகிமொலா மக்களுக்குக் கொடுத்தது! அதனால்தான் வார்த்தைக்கு நன்றி தெரிவித்தோம். தெகிமொலாவின் சட்டமன்றம் ஒரு நன்றி மறந்த மன்றமல்ல' என்று கூறினார்.

அதன்பின்பு, மொழித்துறைத் தலைவர் தன் இளமைக்கால நினைவுகளைக் கவிஞனான சொல்லின் பொருளுக்குக் கோழி கூவும் நேரம்வரை சொன்ன சம்பவங்களின் சாராம்சம் பின்வருமாறு

எழுதப்பட்டிருந்தது:

பிரான்ஸ் நாட்டில் இருவர் சைக்கிள் கண்டுபிடித்த ஆண்டு 1861. அதற்கு சுமார் 100 ஆண்டுகளுக்கு முன்பே துறைத்தலைவர் தன் மனதில் அந்த சைக்கிளைக் கண்டார். இது தெகிமொலா மக்கள் பலரிடம் காணப்பட்ட அதிசயிக்கத்தக்க சக்தியாகும். அதாவது காலத்தை முன்கூட்டியே கண்டுவிடும் சக்தி. இப்படி அவர் முன் கூட்டியே கற்பனையில் கண்ட சைக்கிள் மரத்தாலான சக்கரங் களையும் இரண்டு பக்கம் இரண்டு மிதிக்கும் மரத்துண்டுகளுடன் இணைக்கப் பட்ட கம்பிகளையும் உடையதாக இருந்தது.

துறைத்தலைவர் இளம் வயதில் மனதில் கண்ட அந்த சைக்கிளை ஒருநாள் வேகமாக ஓட்டிக் கொண்டிருந்த போது திடீரெனக் கீழே விழுந்தார். அப்பொழுது தூரத்தில் சிரிப்பொலி கேட்டது. கையைத் தடவியபடி சிரிப்பு வந்த திசையைப் பார்த்தால் கதவுக்குப்பின் அவர் கண்ட காட்சி அவரை ஸ்தம்பிக்க வைத்தது. அதுதான் துறைத் தலைவர் தன் எதிர்கால மனைவியைச் சந்தித்த கதை.

பின்பு சொல்லின் பொருள் பேராசிரியரைப் பார்த்துப் புன்னகைத்து அவரது உரையாடலுக்கு நன்றி கூறிவிட்டுத் திரும்பினான். அங்கே யாரோ தன்னை அழைப்பதைத் தெரிந்து திரும்பிப் பார்த்தான். தூரத்தில் ஒருசிறு நிழல்மட்டும் நின்றிருந்தது. உடல் எங்கே என்று தேடியவனுக்கு ஏமாற்றமே மிஞ்சியது. அந்த ஏமாற்றம் இவ்வாறு குறிக்கப்பட்டிருந்தது.

'அப்போது சொல்லின் பொருளின் தங்கை என்று ஒருத்தி பிறந்த செய்தி நினைவுக்கு வர, தன் விதியை நொந்துகொண்டு அவன் தனது உள்பாகத்தைப் பார்த்தான். அது பரிதாபமாக அலங்கோலமாகக் கிடந்ததைக் கண்டு வருத்தப்பட்டான். வார்த்தைகளையும் நினைவு களையும் காலமுறைப்படியும் அவற்றின் நீள அகலப்படியும் அடுக்கிவைத்தான். பின்பு நேற்று, இன்று, நாளை என்பதான மூன்று ஒழுங்குகள் மனத்தில் இருக்கின்றனவா என்று தேடினான். சில சீர்குலைவுகள் தென்பட்டன. விதிமுறைகளைத் தூசி தட்டினான். மீண்டும் விதிமுறைகள் துலங்கின. அவற்றைச் சரியாகப் பொருத்திய போது அவை ஒழுங்கைத் தந்தன. உடைந்து கிடந்த காலமும் தேதியும் இப்போது சரியாயின. அன்றைக்குத் தேதி என்ன என்பதும், நேற்று என்ன என்பதும், அவன் வாழ்ந்துகொண்டிருந்த மாதம் என்ன என்பதும் மெதுவாய் மங்கலாய்த் தெரிய ஆரம்பித்தன. வெளிச்சம் சரியாக வந்தபோது மனத்தின் பிளவுகளில் பூத்திருந்த செடி

களுக்கிடையில் கவலைகள் உதிர்ந்திருந்தன. அப்போது தூரம் ஒரு மனிதனைப் போல் நொண்டிக்கொண்டு தன் வாசலைத் தட்டியதைக் கண்டான். அது அருகில் வந்த போது விக்கித்துப் போனான். அவனது அண்ணனைக் காவலர்கள் சித்திரவதை செய்து கொண்டிருந்தனர். அந்தச் சித்திரவதைக் காட்சிகள் சித்திரவதை பற்றிய உலகளாவிய நடைமுறைகளை அறியப் பயன்படும் வகையில் சித்திரிக்கப்பட்டிருந்தன.'*

காவலர்கள் மலைமீதுஒளியை இரண்டு இரண்டு கேள்விகளாகக் கேட்டனர்.

'உன் பெயர் என்ன? நீதானா அந்த ரகசிய அமைப்பின் தலைவன்?' என்று கேள்விகள் ஒன்றன்பின் ஒன்றாக வந்தன.

சொல்லின் பொருள் தன் அண்ணனை இப்போது பார்த்தான். அவன்முகம் இரும்புப் பெட்டியாகியிருந்தது. வாய் அவன் நினைத்தாலும் திறக்கமுடியாத படி இரும்பாய் கெட்டியாகியிருந்தது. அவன்முகம் ஒரு பெரிய இரும்புப் பூட்டாக எப்படி மாறியது என்று நினைத்துக் கொண்டிருக்கும்போது காவலர்களில் ஒருவன் அண்ணனின் வயிற்றை அப்படியே பிடித்துத் தூக்கி வாய்க்குள் வைத்து வெறிபிடித்தவன் போல் நறுக்கென்று தோலைத் துண்டாய்க் கடித்துத் துப்பினான். சொல்லின் பொருளின் அண்ணன் ஒரு எம்பு எம்பி நிலத்தில் விழுந்தான். அவனது இடதுகால் அவ்வப்போது வெட்டி வெட்டி இழுத்தது. சொல்லின் பொருள் புராதனக் காலம் தொட்டுச் சித்திரவதை முறைகள் அப்படியே எந்த வளர்ச்சியும் இல்லாமல் இருப்பதை நினைத்தான். சித்திரவதை மனித ஆழ்மன ஆசை நிறைவேற்றம் என்ற கோட்பாட்டைத்தான் வலியுறுத்துகிறது என்று மனத்திடம் சொன்னான். பின்பு அவனது அண்ணனுக்கு வெகுவாக வியர்த்தது. வியர்வையைத் துடைத்துக் கொண்டு சிரித்தான் அண்ணன். ஓர் ஓரத்தில் துருத்தியில் கரிவைத்து ஓர் இரும்புத்துண்டு பழுக்கக் காய்ச்சப்பட்டுக்கொண்டிருந்தது. எலும்பும் தோலுமாகப் போன யாரோ ஒரு மனிதன் மேலும் மேலும் துருத்தியை அடித்துக் கொண்டிருந்தான். வடியும் வியர்வையைத் துடைத்த ஒரு காவலன் தனது ஆடைகளை முழுவதுமாகக் கழற்றினான். பட்டன் போட்டிருந்த சட்டையின் முதலிரண்டு

* 'ஒன்று போல் தோற்றம்' என்ற பெயரில் வெள்ளைக்காரர் எழுதிய நூலில் உலகளாவிய சித்திரவதை நடைமுறைகள் உள்ளன. இது ஆரம்பகால அச்சுமுறையில் வந்த நூல்.

பட்டன்களைக் கழற்றினான். ஆடைகளை வேகவேகமாகக் கழற்றினான். இவனது வேகத் துக்கு பட்டன்கள் ஈடுகொடுக்காததால் அவற்றைத் தொடர்ந்து கழற்றுவது தன்னால் இயலாதென்று மொத்தமாகக் கழற்றி ஒரு மூலையில் வீசினான். கையிலிருந்த அந்த உள்ளாடை வியர்வையால் நனைந் திருந்தது. பின்பு தனது இறுக்கமான கால்சட்டையைக் கழற்றினான். பின் மதர்க்கும் உன்மத்தம் பிடித்த காளை போல், 'ஒரு தெகிமொலா தாய்க்குப் பிறந்த சுத்த காவலனடா. நீ உண்மை பேசுகிறாயா இல்லையா பார்த்து விடுகிறேன்' என்று குதித்துப் பழுக்கக் காய்ச்சிய இரும்பைக் கொண்டு வந்து ஏற்கனவே அம்மணமாக்கப்பட்டிருந்த கவிஞனது அண்ணனின் மலக்குழாயில் செருகினான். அப்போது அவன் அண்ணனை நான்கு காவலர்கள் பிடித்துக்கொண்டு நின்றனர். நான்கு பேரையும் மூலைக்கொருவராய் விழும்படி திமிறித் துடித்துக் கூனிப் போய்கருகிய மலக்குழாயுடன் மயங்கிக் கிடந்தான் அவன். அந்தக் கம்பியை வெளியே எடுத்த காவலனைப் பார்த்துச் சிரித்துக் கொண்டிருந்தான் கம்பியைக் காய்ச்சித் தந்த எலும்பும் தோலும் கொண்ட மனிதன். மூலைக் கொன்றாய் விழுந்த நான்கு பேரும் மேலும் கெட்டவார்த்தைகளால் மலைமீது ஒளியைத் திட்டிக் கொண்டிருந்தார்கள். சொல்லின் பொருளுக்குச் சித்திர வதைகளாக நினைவுகள் நிறைந்தன. அவை கருத்த உருவங்களாய் மாறி நர்த்தன மிட்டன.

கவிஞன் அண்ணனின் பெயரைத் தனக்குள் உரக்கச் சொன்னான். இன்னும் இன்னும் அதிகம் உரக்கச் சொன்னான். அவனுக்காக இனி வாழ்வதென்று தீர்மானித்தான்.

அண்ணனுடைய சாவைக்கூட தன்னுடைய வாழ்வால் போக்கிவிட முடியும் என்று கருதினான். சொல்லின் பொருள், தனது ஆற்றலால் அந்த வெறி பிடித்த காவலர்கள் சற்று நேரத்தில் அங்கிருந்து மறையும்படி செய்தான். கொஞ்சம் கொஞ்சமாக அந்த வெறிபிடித்த மனிதன் கரைந்து கடைசியில் ஒரு வெளிறிய வெள்ளைப் புள்ளியாய் தூரத்தில் மறைந்தான். அப்படி மறையும்போதுதான் தெரிந்தது, மலைமீது ஒளியைச் சித்திரவதை செய்தவனுக்கு மூன்று கைகள் இருந்தன என்பது.

கவிஞனின் அண்ணனின் முகமெங்கும் வியர்வையும் ரத்தத் துளிகளும் கரியுமாக இருந்தன. இந்தச் சித்திரவதையைச் சரித்திரம் செய்கிறது; அதிலிருந்து தப்ப முடியாது என்று உணர்ந்தாற்போல்

அண்ணனின் முகபாவம் இருந்தது. விதியின் கைகளுக்குள் மாட்டிக் கொண்டவன் போல் கண்கள் இருந்தன. காவலனுக்கு யாருக்காக எதற்காகச் சித்திரவதை செய்கிறான் என்று தெரியாதது போல் இவனுக்கும் தெரியாத விதமாய் முகம் இருந்தது. இவை நடக்க வேண்டுமென்று எப்போதோ எங்கோ தீர்மானிக்கப்பட்டிருக்கிற தென்று உணர்ந்திருந்தான் அண்ணன். அப்போது படித்த ஓர் இளைஞன் தோன்றினான். பெண்களின் முகம்போல் மென்மையான முகம். அந்த முகத்திலிருந்த அப்பழுக்கற்ற பொய்மையற்ற தன்மை அண்ணனைக் கவர்ந்திருக்க வேண்டும். இடது மூக்குக்கருகில் ஒரு கருமச்சம். நிஜமாகவே அந்த இளைஞனின் களையான முகத்தில் களங்கமற்ற தன்மை இருந்தது. அண்ணன் முன்னிலையில் வந்தமர்ந்தான். அமர்ந்து கால்மேல் கால்போட்டான். அண்ணனை நேராக முகத்தில் பார்த்தான். அந்தப் பார்வையில் எந்த உணர்வும் இல்லாமலிருந்தது. அண்ணன் அந்த நேரத்தில் அப்படியொரு உணர்வைக் கொஞ்சமும் எதிர்பார்க்கவில்லை. கருகிப்போன மலக்குழாயில் ஏற்பட்ட வலியால் முனகக் கூட சக்தியற்று அவனையே பார்த்தான் அண்ணன். அடுத்ததாக அவன் என்ன சொல்லப் போகிறானோ என்று அண்ணன் எதிர்பார்த்தது போலிருந்தது. புதிதாய் வந்து சாதாரணமாக அமர்ந்து அண்ணனின் கவனத்தைக் கவர்ந்த அந்த இளைஞனும் உண்மையைச் சொல்லிவிடு என்றே கேட்பான் என்று கருதி அண்ணன் ஒரு பதிலை அவனுக்கு உருவாக்கினான். ஆனால் வந்தவன் ஏதும் கேட்கவில்லை. அது அண்ணனுக்கு ஏமாற்றமா யிருந்தது. அந்த இளைஞன் திரும்பியபோது அவன் தலைமுடி மிகக் கறுப்பாக இருந்தது தெரிந்தது. சற்று நேரம் அமர்ந்திருந்த இளைஞன் ஏதும் பேசாமல் வந்தது போலவே எந்த மனச் சலனமும் உறாமல் திரும்பிப்போனான். அவன் போன சற்று நேரத்தில் அவன் நிழல்போனது.

அந்த இளைஞன் ஏதும் பேசாமல் போனதைக் கண்டு அதிர்ந்துபோய் அமர்ந்திருந்தான் அண்ணன் என்பது சொல்லின் பொருளுக்குத் தெரிந்தது. இப்போது சொல்லின் பொருள் தன் மொத்த உடம்பும் ஒரு மாற்றத்துக்கு உட்பட்டதை உணர்ந்தான். தன் நினைவில் வாழ்ந்து கொண்டிருந்த தன் அண்ணன் நிஜ உருவம் பெறுவது கண்டான். அவன் மெதுமெதுவாக அண்ணனின் நினைவாய் உருமாற்றம் உற்றான். இவ்வாறு இறுதியாய் உடலில்லா நினைவுகளாய் அவன் மாறிப்போனதை உணர்ந்தான்.

கவிஞனான சொல்லின் பொருளுக்கு இங்கு ஏற்பட்ட நினைவுகளை நூல் கீழ்வருமாறு விளக்குகிறது.

> ...கவிஞனின் உடல் இல்லாமலாகி எதை அவன் நினைத்துக் கொண்டிருந்தானோ அதுவாக மாறியதும் பெரும் மாற்றங்கள் ஏற்பட்டன. அவை பௌதிக மற்றும் அபௌதிக உலகில் நடந்தன. அவன் பல வருடங்களுக்குமுன் எந்த நினைவுகள் வரக்கூடாது என்று நினைத்தானோ அவை இப்போது வந்து நின்றன. அதுவும் பலருக்குரிய நினைவுகளாக அவை ஒரே நேரத்தில் அவனிடம் தோன்றின. எனவே பல்வேறு இடங்களிலிருந்தவர்கள் எந்தவிதத் தொடர்பும் இல்லாமல் ஒன்றுபோல் சிந்திக்கத் தொடங்கினார்கள். அதனால் காலம் கொஞ்சம் தடுமாறத் தொடங்கியது. ஒரு மாதத்தைக் கையில் எடுத்து அதன் மூன்றாம் வாரத்தை முதலிலும் முதலாம் வாரத்தை மூன்றாவதிலும் மாற்றிவைத்தான் கால பைரவன். எனவே பலரது வாழ்க்கையிலும் பலவித விபத்துகள் நடந்தன. அவற்றை யாரும் விரும்பாவிட்டாலும் அவை நடந்தன. மூன்றாம் வாரத்தில் நடத்தவேண்டிய திருமணத்தை முதல் வாரத்தில் நடத்தினார்கள். முதல் வாரத்தில் அவர்கள் திருமண மாகாத ஸ்திதியில் இருக்க வேண்டும். எனவே திருமணம் செய்துவிட்டு மணமாகாதவர்கள் போல் நடந்தார்கள். மூன்றாம் வாரத்தில் சாக வேண்டியவர்கள் முதல் வாரத்தில் செத்து மூன்றாம் வாரத்தில் உயிருடன் இருந்தனர். இப்படியே இயங்கு வனவற்றிலும் இயங்காதனவற்றிலும் பெரும்பிரளய மாற்றங்கள் ஏற்பட்டன. மக்கள் மிகவும் நிச்சயமற்றதான வாழ்க்கையை வாழ ஆரம்பித்தார்கள். பலரது நினைவுகள் சொல்லின் பொருளின் நினைவுகளுடன் இணைந்திருந்ததால், அவை ஏற்படுத்தும் கொந்தளிப்புகளை உலகம் தாங்காத நிலை ஏற்பட்டது. எனவே இயற்கை தானாகவே அவனை அவன் அண்ணனின் நினைவு களிலிருந்து வெளியேற்றியது. அவன் மீண்டும் தலையாட்டிப் பொம்மைபோல் ஒருமுறை சுழன்று தனது உடலைப் பெற்று அதன் ஒரு மூலையில் தன் அண்ணனை நினைவாய் மாற்றி அமர வைத்தான். காலபைரவன் நிம்மதிப் பெருமூச்சுவிட்டான்.

பார்பர் அன்று ரோமத்தைப் பற்றி யோசிப்பதற்குப் பதிலாக பல்கலைக்கழகத்தில் பழமையை உற்பத்தி செய்யும் காரியம் பற்றி யோசித்தான். வருவோர் போவோரிடமெல்லாம் 'என்ன நினைக்கிறீர்கள் அந்தப் பழமை உற்பத்தி பற்றி?' என்று கேட்டான்.

பலர் அந்த விஷயம் பற்றி எந்தக் கருத்தும் இல்லாதவர்களாக இருந்தனர்.

அதற்கு முந்திய தினம் பல்கலைக்கழக மொழித் துறையின் பிரிவுகளில் ஒன்றான பழமையை உற்பத்தி செய்யும் துறை இல்லாத ஒரு நூலை இருப்பதாகக் கண்டுபிடித்தது. அந்த நூலைப் பற்றிப் பேச்சு வந்த போது பார்பர் சிரைக்கும் கத்தியை அப்படியே ஆகாயத்தில் எறிந்து தலைகீழாய்ப் பிடித்தபடி உற்சாகமாய்க் கேட்டான்.

'அய்யா! ஒரே நேரத்தில் இருவிதமாய்க் காட்சி தரும் புத்தகம் உண்டா எங்கேயாவது? மிகப் பழமையாகவும் அதே நேரத்தில் மிகப் புதுமையானதாகவும் இந்தப் புத்தகம் இருக்க முடியுமாம். இன்னும் ஓர் ஆச்சரியம் என்ன தெரியுமா? இந்தப் புத்தகத்தின் எழுத்துகளைக் கண்களால் படிக்க முடியாதாம். மனத்தால்தான் படிக்க முடியுமாம். அதாவது எழுதும் போது எழுத்தாணியை எடுக்கிற மனச்சித்திரம்தான் எழுத்தாகப் பதியுமாம். எழுத்து இருக்காதாம். ஒலியைப் பிடித்துப் பதிப்பித்த புத்தகமாம். அதன் அட்டை ஒரு பகலும் ஓர் இரவும் கொண்டதாம்.'

சிரைத்துக் கொள்ள வந்த பல உயர் அதிகாரிகள் அந்த நாவிதனின் பேச்சு அவன் மூலம் வேறு யாரோ பேசுவதுதான் என்று புரிந்து கொண்டார்கள். எனவே அவனை அவர்கள் கடிந்து கொள்ளவில்லை. அவன் அரசமாளிகையில் வாரத்திற்கு ஒருமுறை சென்று கடமை முடித்து வருகிறவன் என்பது நாட்டின் எல்லா உயர் அதிகாரிகளுக்கும் நன்கு தெரியும்.

சர்க்கஸ் பற்றிப் பேசுகையில் சர்க்கஸ் நடத்துகிறவன் பற்றிய பொய்ச் செய்திகளை நிறைய அவிழத்துவிட்டான் பார்பர்.

'பெரிய புலியாம், சிங்கமாம். நான் எத்தனையோ பேருக்குச் சொன்னேன். கேட்டால்தானே. முதலில் புலி இருக்கிறது... சிங்கம் இருக்கிறது என்று விளம்பரம் செய்வார்கள். அவ்வளவுதான். புலியாவது சிங்கமாவது.'

இப்படிப் பார்பர் கூறியதைக் கேட்ட சிலர் முதல் நாளே சர்க்கஸ் தொடங்கும் முன்பு சென்று சர்க்கஸ் கொட்டகையைத் திடீர் சோதனை இடுவதென முடி வெடுத்தனர். ஏனெனில் இத்தகைய தகிடுதத்தங்கள் மூலம் யார்யாரோ நகரத்தை ஏமாற்றிவிடுவார்கள். முன்கூட்டியே சோதனை செய்வது தெரிந்துவிட்டால் சில ஆட்கள் புலிபோலவும், சிங்கம் போலவும் மாறிவிடுவார்களாம். எனவேதான்

திடீர் சோதனை. அந்த அளவு கனகச்சிதமான வேஷம் பொருத்தமாக இட்டுவிடுவார்களாம். ஒருவன் புலிபோல் வேஷம் போட்டு ஒரு குழந்தையை அடித்தே சாப்பிட்டதுகூட உண்டென்று சோதனைக் கமிட்டியினர் கேள்விப்பட்டிருந்தனர். சோதனைக் கமிட்டியினர் சரியாக மதியம் சென்றபோது சர்க்கஸ் மானேஜர் வந்து கமிட்டியினரைச் சந்தித்தார். உள்ளே சென்றால் தங்களின் அன்றைய சர்க்கஸ் காட்சிக்குரிய பல வேலைகள் தடைபடும் என்றும், சட்டசபை உறுப்பினர்களுக்காகவே மறுநாள் தனிக்காட்சி நடத்தப் போவதாகவும், அப்போது மக்களின் பிரதிநிதிகளாகிய நகரத்தவர்களும் தனது சர்க்கஸில் இருக்கும் புலிகள் நிஜப்புலிகளா, புலி போன்ற வேஷமா என்று கண்டுபிடிக்கட்டும் என்றும், அநாவசியமாக சோதனைக் கமிட்டியினர் தங்கள் காலத்தை ஏன் பாழாக்க வேண்டும் என்றும் தாழ்மையான குரலில் பணிவாகவும் அதே நேரத்தில் உறுதியாகவும் கூறி அனுப்பினார்.

அந்தச் செய்தி சிகை அலங்கார நிபுணரான பார்பருக்குச் சென்றது. பார்பர் தன் கடையில் துள்ளிக்கொண்டே இப்படிச் சொன்னான். 'அதுதானே பார்த்தேன். இப்போது புரிகிறதா அவை நிஜப்புலிகள் இல்லை என்று. உண்மையான புலிகளாக இருக்கும் பட்சத்தில் அவன் ஏன் அவற்றைச் சோதனையிட அனுமதிக்கத் தயங்க வேண்டும்?'

முடியலங்காரம் செய்ய வரும் வாடிக்கையாளர்களில் இப்போது இரு பிரிவினர் உருவாயினர். ஒரு பிரிவினர் பார்பர் சொல்வதுதான் நிஜம், சர்க்கஸில் இருப்பவை போலியான புலிகள் என்றனர். இன்னொரு பிரிவினர், அவை நிஜப்புலிகள்தான்; அதனால்தான் மானேஜர், புலிகள் தாக்கலாம் என்பதால் யாரையும் உள்ளே விட தயங்குகிறார் என்றனர்.

இந்த விவாதம் பற்றிக் கூறிய நூல் ஒரு தத்துவம் பற்றிய நூலாக இருந்தது. அது இப்படி முத்தாய்ப்பு வைத்தது; 'நிஜமா, பொய்யா எது முதன்மை வாய்ந்தது என்ற தத்துவம் பற்றிய உருவகமாகவே சர்க்கஸ் பற்றிய பார்பரின் இந்த உரையாடல்கள் அமைந்திருந்தன.'

o

11

ராஜன் கோமாளியைச் சந்தித்த கதை

காலம் என்பது சூரியனிடமிருந்து வந்தது. பூமி சூரியனை எப்படிச் சுற்றுகிறது என்பதை வைத்து இரவும் பகலும் பிறந்தன. இந்தச் சூழற்சியை சிலர் மனோலோகத்தில் குறைக்கிறார்கள். இவர்கள் பௌதிகலோகத்தின் சுழற்சியைப் பிடித்துக் குறுக்கித் தம் மனலோகத்தில் நடத்துகிறார்கள். வெளியில் பூமி பத்துமுறை சுழன்றால், மனசில் அதனை ஐந்து முறை சுழலும்படி வைத்து விடலாம். இப்படிப்பட்ட மனம் கொண்டவர்கள் வயதானாலும் இளமையாக இருக்க முடியும்.

இத்தகைய ஒரு ரகசிய வாழ்க்கை முறையை வாழ்ந்தவன் தான் தெகிமொலாக்களின் ராஜனான பச்சைராஜா. இவனது நினைவுகளும் கனவுகளும் நாட்டின் சரித்திரத்தோடும் தேசத்தின் பலவித நூல்களோடும் இணைந்திருந்ததைப் போலவே, ஒரு கடிகாரத்தோடும் இணைந்திருந்தன. அப்படியிருந்ததற்கும் இவன் ஒற்றைக் கண் கொண்டிருந்ததற்கும் தொடர்புகள் இல்லை என்றாலும், அப்படி ஒரு தொடர்பு இருக்க வேண்டும் என்பதை வேற்று நாட்டு மானுடவியல் நிபுணர் ஒருவர் தனது 'ஒற்றுமைக் கொள்கை' என்ற சித்தாந்தத்தின் மூலம் விளக்கியுள்ளார். அது எப்படியென்றால் ராஜனுக்கும் ஒரு கண்; அதுபோல் தெகிமொலாக் களின் புகழ்பெற்ற ஒரு விடுகதையில் கடிகாரத்தையும் ஒற்றைக்கண் உள்ள ராஜா என்றே வருணித்தார்கள். இவ்வாறு சரித்திரத்தாலோ, நூல்கள் கூறும் விதியாலோ ராஜனும் கடிகாரமும் இணைக்கப்படா விட்டாலும், விடுகதைகளின் ரகசிய விதியாலும் ஒற்றைக்கண் கொண்ட கொடுமையாலும் ராஜனோடு கடிகாரம் இணைக்கப் பட்டிருந்தது.

ராஜனுக்கும் அந்தக் கடிகாரத்திற்கும் இன்னொரு தொடர்பும் இருந்தது. அந்தத் தொடர்பு மிகுந்த புத்திசாலிகளுக்கு மட்டுமே உள்ள தொலைநோக்கு மூலம் காணத்தக்கதாயிருந்தது.

கடிகாரம் பிரபஞ்ச இயக்கத்தை மிகச் சிறிய துணுக்குகளாய் நிமிடம், நிமிடத்துணுக்கு என்று நுட்பமாய் நமக்குக் காட்டினாலும் காலத்தின் ஆரம்பம் மிக புராதனமானது. அப்படிக் காலத்தைக் குறுக்கிப் பழங்காலத்தை நோக்கி நீட்டிக்கொண்டே போனால் ஓரிடத்தில் காலமற்ற நிலைமை வந்தே ஆகவேண்டும். பச்சைராஜன் இந்தக் காலமற்ற நிலையைப் பிரதிநிதித்துவப்படுத்துகிறவனாகத் தெகிமொலாக்களின் ஆதிமகா கலைக்களஞ்சியத்தில்* எழுதப் பட்டிருந்தான். ஆகவே காலம் கடந்த ஆற்றல்களைக் கொண்டு விளங்குபவனாய்க் கணிக்கப்படும் ராஜன் இயற்கை ராசிகளும் பிராணி ராசிகளும் வேறுபாடற்றிருந்த கற்பகோடி வருஷப் பழமையின் குறியீடாக இன்றும் பச்சைநிறத்தைத் தன் தோலில் கொண்டிருந்தான். இவ்வாறு புராதனமாக ஒரு ஜந்துவின் அளவிட முடியாத குணங்களுடன் விளங்கிய அவன் ஒரு கடிகாரத்தோடு அத்தியந்த ரகசியத் தொடர்புகொண்டிருப்பது, விஷயம் தெரிந்தவர்கள் புரிந்து கொள்ளக்கூடியதுதான்.

ராணியைப் பற்றிய கனவுகள் உலர்ந்த பின்பு ஒருநாள், பச்சைராஜன் அரண்மனையின் நடுவிலிருந்த மணிக்கூண்டின் சிறிய நூலேணி வழியாக ஏறி மேலே சென்று பேசிக்கொண்டே அமர்ந்திருந்தான். அப்போது அவனுக்கு வயது 100 ஆகியிருந்தது. அந்தச் செய்திகள் கீழ்வருமாறு:

‘அப்போது மணி பதின்மூன்று முறை ஒலித்தது. ஆகவே அவனைப் பற்றிய குறிப்புகளைக் கடிகாரம் பதின்மூன்று முறை அடித்தபோது ராஜன் கடிகாரத்துடன் பேசிக்கொண்டிருந்தான் என்று ஆவணங்களில் எழுத வேண்டியதாயிற்று. ஏனென்றால் காலத்தைப் பதிக்கும் ஆவணத்தில் பொய் கூடாது. அப்படி அவன் பேசிக்கொண்டிருந்தபோது அவனதும் அவனது முன்னோர் களினதுமான போர்களை அவன் சிந்திக்கலானான். இப்படிச் சிந்திக்கையில் இறந்துபோன பச்சைராஜனின் தாத்தா, 207 வருஷங்கள் வாழ்ந்த ஞாபகம் அவனுக்குத் தவிர்க்க இயலாதபடி வந்தது. இறந்தபோது அவர் தனது இறுதிப் போரின்போது வாத்தியக்காரர்கள் அணிந்து சென்ற பாண்ட் வாத்தியத்தைத் தானும் அணிந்தபடி இறந்தார். இறந்தநேரத்தில்கூட போர்களின் மீது அவருக்கிருந்த ஆசை முற்றிலும் போய்விடவில்லை என்றுதான் கூறவேண்டும்.

* ஆதிமகா கலைக்களஞ்சியம் என்பது தெகிமொலா மரபுப்படி தேவர்களின் சிம்மாசனத்தைக் குறிக்கும் ஒரு குறியீடும்கூட.

பச்சைராஜனுக்குத் தான் என்ன செய்துகொண்டிருக்கிறோம் என்ற சுயநினைவு வந்தபோது மணிக்கூட்டின் நிழல் விழும் ஓர் ஈரம் படர்ந்த இடத்தில் அவனது தாத்தா அதே பாண்ட் வாத்தியத்துடன் அமர்ந்திருப்பதைக் கண்டான். செத்தபின்பு அவர் வந்து அமர்ந் திருந்ததாகவே இவன் கருதினான். அல்லது அவரது நினைவுகளின் தொகுப்பு உயிர் பெற்றதாய்க் கருதினான். தெகிமொலாக்களின் சுதந்திரப் போர் இப்போது யார் நினைவிலும் இல்லாது, சரித்திர ஆசிரியர்கள் தங்கள் விவாதத் திறமையைக் காட்டப் பயன்படுத்தும் ஒரு விஷயமாக மாறிவிட்டது. ஓர் ஆச்சர்யம் அல்லது விநோதமான உணர்வே அந்தச் சுதந்திரப் போர் எழுப்பும் உணர்வு. எனினும் சுதந்திரப் போரின் இறுதிக் கட்டத்தில் தலைமை தாங்கிப் படை நடத்திய பச்சைராஜன் தன் இருப்பை ஒரு நிழலோ என்றும் யோசித்தான். ஏனெனில் பழைய சரித்திர நிகழ்ச்சி களை எண்ணுகையில் அவை சாசுவதம் என்றும் மனிதர்கள் வெறும் பொம்மைகள் என்றும் தோன்றும் எண்ணத்தை அவனால் தவிர்க்க முடியவில்லை. இன்றைய மனிதன் தன் சக்தியையும் தன் கையில் வைத்திருக்கும் வாள் போன்ற ஆயுதத்தையும் அந்தச் சரித்திரத்தின் போர்வீரனுக்கு அர்ப்பணித்துவிட்டுப் பாதுகாப்பற்றவனாய்த் தெருவில் சர்க்கஸ் விளம்பரங்களைப் பார்த்தபடி நடக்கிறானே என நினைத்தபோது எதற்காக இந்த மணிக்கூண்டில் இருக்க வேண்டும் என எண்ணி, கூண்டைவிட்டு இறங்கினான். இந்தச் சிந்தனைகளோடிருந்த ஒருநாள், பார்பரின் மூலம் ராஜா ஓர் ஆச்சரியமான மனிதரைப் பற்றிக் கேள்விப்பட்டான். அவன் வேறு யாருமல்ல. சர்க்கஸில் சமீப காலமாய்ச் சேர்ந்து கோமாளி வேஷம் போட்டு மனிதர்களைச் சந்தோஷப்படுத்துபவன்தான். ஒருநாள் தன் வேஷத்தோடு அரசனின் அரண்மனையின் பழைய அறையில் பிரசன்னமானான் கோமாளி. அவனது கைகளைப் பார்த்த ராஜா 'இது என்ன காலா?' என்று கேட்டான். அந்தக் கோமாளியின் கைகள் குவிந்து குட்டைக் கால்களைப் போல் உப்பிக் காணப்பட்டன. அந்தக் கைகளால் ராஜனின் கைகளைத் தொட்டுக் குலுக்கினான் கோமாளி. ராஜன் யாருடனும் கை குலுக்குவதில்லை என்றாலும் கோமாளியின் கைகள் பற்றிப் பல உயர் அதிகாரிகளோடு பேசியதில் ராஜனுக்கும் கோமாளியின் கைகளைத் தொட்டுப் பார்க்கும் ஆசை இருக்கத்தான் செய்தது. கைகுலுக்கிய போது தன்னை அறியாமல் தன் மனத்துக்குள் ஒரு வாக்கியம் நுழைந்ததை அறிந்தான் ராஜன். அந்த வாக்கியம் இதுதான்.

'இந்தக் கைகள் நிஜமாக இப்போது பிறந்த ஒரு குழந்தையின்

கைகள் அல்லவா?'

இதுபோல் ஒரே நேரத்தில் குழந்தையாகவும் வளர்ச்சியடைந்தவனாகவும் இருப்பவர்கள் பற்றி நிறைய வாசித்திருக்கிறான் பச்சைராஜன். அப்படிப்பட்டவர்களுக்குச் சரித்திரம் சக்கரம் ஒடிந்த வண்டி போல், ஓடாமல் இருக்கும். கோமாளியின் பெரு விரல்களை இப்போது ராஜனின் ஒற்றைக்கண்ணானது நோட்டமிட்டது. இவ்விரல்களை ஊன்றிக் கவனித்த போது அவை இரண்டு சாவிகளாக வடிவம் பெற்றி ருந்தன. ராஜன் பார்ப்பதைக் கண்ணுற்ற கோமாளி, 'ஓ! அவற்றை நிஜச் சாவிகளைப் போல் பயன்படுத்த முடியும்' என்றான். ராஜனும் அவை மிகவும் பயன்படக்கூடிய விரல்கள் என்றே நினைத்தான். ஆனால், கோமாளி அரசன் எதிர்பார்த்ததற்கு மாறாக இறுகிய முகத்துடன் இருந்தான். சர்க்கஸ் அரங்கில் தன்னைச் சுற்றி இருப்பவர்களைச் சிரிக்க வைத்தே கொலை செய்கிறவன் என்று பெயர் பெற்றிருந்தும் கோமாளி அப்படி இருந்தது ராஜனுக்கு ஆச்சரியத்தைக் கொடுத்தது.

'ஏன் சிரிக்காமல் இருக்கிறாய்?' என்று கேட்ட போது அந்தக் கோமாளி தன் விசித்திரமான, இரு பந்துகள் அழுத்தி வைத்திருப்பது போன்ற வாயால் இப்படிச் சொன்னான்:

'தங்களைப் பார்த்தவுடன் இறந்துபோன என் மனைவியின் நினைவு வந்தது.'

ராஜன் இந்தக் கூற்றை மிகவும் ஆச்சரியத்தோடும் கவலையோடும் கேட்டான். இத்தனை போர்கள் செய்த தன்னை ஒரு பெண் போல் இருப்பதாக இதுவரை ஒருவர்கூட சொல்லியதில்லை என்று எண்ணியதால் ஆச்சரியமும், அவனது இறந்த மனைவியின் நினைவைத் தான் விரும்பியோ விரும்பாமலோ ஏற்படுத்தியதற்காக கவலையும் அடைந்தான். வாஸ்தவமாகப் பேசும் மனத்திட்பம் உள்ளவனாகையால் ராஜன் இப்படிச் சொன்னான்:

'நான் ஒரே நேரத்தில் வியப்பும் கவலையும் அடைகிறேன்.'

அதற்கு எந்தப் பதிலும் சொல்லத் தேவையில்லை எனப் பேசாதிருந்த கோமாளி தன் மனைவியின் இறப்பைப் பற்றிச் சற்று நேரத்துக்கப்புறம் இப்படிக் கூறினான்:

'கனதனவான்களுக்கு மனைவியாகும் எல்லா லட்சணங்களும் பொருந்திய அவளைச் சந்தித்த அன்றே நான் அவளிடம் தைரியமாகப் போய் 'நீ யார்?' என்று கேட்டேன். அவள் என்னைப் பார்த்து அதைரியமாக ஒரு பதில் சொன்னாள். 'என்ன கேட்கிறாய் என்று

எனக்குத் தெரியும். இதோ என் கை.' நாங்கள் அதன் பிறகு நான்கு பருவங்கள் மிகவும் சந்தோஷமாக வாழ்ந்தோம். ஐந்தாவது பருவம் வந்தது. அந்தப் பருவத்தில் அவள் வாழ்க்கையின் துக்கம் தாங்க முடியாமல் இறந்து போனாள்.'

இப்போது ராஜாவான பச்சைராஜன் 'ஹஹ்ஹா' என்று சிரித்தான். ராஜனின் விநோதமான வாழ்க்கை முறை, பழக்க வழக்கங்கள் பற்றி ஏற்கனவே அறிந்த அந்தக் கோமாளி அப்போது ஆச்சரியப் படாமல் அமைதியாக இருந்தான்.

தெகிமொலாக்களின் ஒவ்வொரு காரியத்தையும் பதிவு செய்த நூல்கள் சர்க்கஸின் தாத்பர்யங்களையும் எழுதியது. அப்படிப்பட்ட ஒரு நூல் அரசனின் 'ஹஹ்ஹா' என்று சிரிப்புப் பற்றி இவ்வாறு எழுதியது:

'தெகிமொலா அரண்மனை என்னும் சர்க்கஸ் கூடாரத்தில் சரித்திரத்தின் கோமாளியாகிவிட்ட ஒருவன் சிரித்துக்கொண்டிருக்க, காலம் அதனைத் தன் கணக்குப் புத்தகங்களில் எழுதிக்கொண்டது.'

சொல்வோன் கூற்று

நமது கதைகளில், புராணங்களில் சிவனின் உடலிலிருந்து பிறந்த தெய்வங்களைப் பற்றித் தகவல் உண்டு. அதனை நம்பிக் காலம் காலமாய் வாழ்ந்தவரின் பிள்ளைகள் நாம். நம்மைச் சில கருத்துகள் மீண்டும் மீண்டும் விரட்டும். நமது மனமாய், மூளையாய், ரத்தமாய் மாறும். நமது சரித்திரங்களில் இப்படிக் குழந்தை பிறந்த ஆண்களைப் பற்றி எழுதாமல் போய் நம்மை ஏமாற்றிய சரித்திரக்காரர்களைச் சபிப்போம். 1857ஆம் ஆண்டு 'அ' என்ற ராஜனுக்கும் 'சூ' என்ற ராணிக்கும் பிறந்த பிள்ளை ஒரு மரமாய் வளர்கையில் சிப்பாய்க் கலகம் நடந்தது என்றோ, குஜராத் மாநிலம் கலையன்புர் என்ற இடத்தில் 1880இல் ஒரு மாடு கன்று ஈன்றபோது அதனைப் பார்க்க வந்தவர்களின் முன்பு, அந்தக் கன்று கண்களில் சோகம் கப்ப, கையெடுத்துக் கும்பிட்டு இந்தியா சுதந்திரம் பெறுவதற்காக, காங்கிரஸ் மகாசபை ஆரம்பிக்க வேண்டும் என்று உருக்கமாய்க் கேட்டுக் கொண்டதெனவும் எழுதினால் என்ன? அதுபோல் 1992இல் மேக்சந்த் பூலால் என்ற பம்பாய் மார்வாடி பெற்ற மகள், காதில் சீழ்வடியும் சிறுமி, கரட்டுக் கோயில் கருப்பசாமி, பாரத்குமார் என்ற பெயருடன் இயக்கிய படத்தில் நாலுகோடி வாங்கி நடித்ததால் அவளது தாடையில் எருமைமாட்டு வால் முளைத்தது என்றும், அதனை அறிந்த அழகிய

இளைஞர்கள் அவளுக்குக் கோயில் கட்ட இரவு பகலாய் உழைக்கலாயினர் என்றும் எழுதி மகிழ்வதில் என்ன தப்பாம்? அப்படியே எழுதி வரும்போது நமது பச்சை ராஜனின் உடம்பில் சூடு ஏற்பட அவன் பெற்றெடுத்த பெண்ணைப் பற்றியும் நமக்குப் புரியும். அவன் பெண்ணைப் பெறுவதில் பிரச்சினை ஏதும் இருக்கிறதா? ஈகோ, வாரும் பிள்ளாய் வாசகரே! இதோ தொடர்ந்து படியும். உமது பதிலை எனக்குச் சொல்லும்.

உடலிலிருந்து மங்கை உருவான கதை

ஏதாவது ஒரு காலத்தில் சாத்தியமாகக் கூடும் என்று தெகிமொலா சரித்திரங்களும் தத்துவங்களும் பல இடங்களில் குறித்த விந்தை ஒன்று அங்குச் சம்பவித்தது. அது அரசனின் உடலிலிருந்து ஒரு பெண் தோன்றிய சம்பவமாகும். கலைக்களஞ்சியம் அது பற்றி இப்படி முன் சம்பவத் தொடர்ச்சியின்றி எழுதியிருந்தது.

'பின்பு ராஜன் நிலைகொள்ளாமல் தவித்தான். அவனது விரகதாபம் கூடியது. ஏனெனில் அப்போது ராஜனின் நினைவுக்குள் ஒரு பூதாகாரமான கோப உணர்வு உருவாயிற்று. அந்தக் கோபம் இத்தனை ஆண்டுகளாய்த் தன் மனைவியால் நீரூற்றி வளர்க்கப்பட்ட கோபம் என்பது அவனுக்குத் தெரிந்தது. முகத்தை அசையாது வைத்துக் கொண்டு மனத்தினுள் உருவான கோபத்தைப் பார்த்துப் பெரும் புன்னகை ஒன்று புரிந்தான் பச்சைராஜன். அவனது கோபத்தைக் கண்டு அவன் எதிர்பார்த்த கணம் வந்ததென்று ரத்த நாளங்களில் ஒரு புதுப்புழு துடித்தது. கோபம் மெதுமெதுவாக ஏறியது.

அப்போது உடம்பு சூடு அதிகமானது. உடலின் சுத்த ரத்தக் குழாயில் காற்று புகுந்தது. அந்த ரத்தக் குழாயிலிருந்த காற்றெல்லாம் ஒன்றாய்த் திரண்டு உடம்பினுள்ளிருந்து வெளியே வந்து அறையின் காற்றுடன் சேர்ந்து திடீரென்று ரத்தமும் சதையுமாய் ஒரு மங்கை உருவானாள்.'

இவ்வாறு பச்சை ராஜனின் விரகதாபமும் கோபமும் சேர்ந்து ஒரு பெண் தோன்றினாள்.

அவள் சதையாலும் ரோமத்தாலும் மலத்தாலும் அசூயையாலும் செய்யப்படும் மனிதர்களைப் போலல்லாமல் காற்றின் படைப்பாய் இருந்ததனால் சுத்தமானவளாகவும் மிகவும் ஒல்லியானவளாகவும் இருந்தாள். முன்கைகளிலும் கால்முட்டுக்குக் கீழும் வழக்கமாகப் பெண்களுக்கு இருப்பதைவிட அதிக ரோமம் இருந்தது. மனதில்

இளைஞனாகவும் உடலில் முதுமையானவனாகவும் இருந்த ராஜன் அவளை மனமுவந்து வரவேற்றான். அவள் கிளிபோல் பேசினாள். குயில் போல் பாடினாள். ஆனால், ஒரு சின்ன விசித்திரம் அவள் உணவு பற்றியதாகும். 'அது இரண்டு நாள் புளிக்க வைத்த மனித நிழல்கள்'* அங்கு ஒருநாள் வந்து அவளைப் பார்த்த சர்க்கஸ் கோமாளியின் முகம் இறுகியது. ஏனென்றால் அவன் அவளை எங்கோ பார்த்ததாக நினைத்தான்.

'உன்னை எங்கே பார்த்தேன்? சொல் கிளியே!' என்றான். அதற்குக் கிளிபோன்ற குரலில் அவள், 'உன் மனத்தில்' என்றாள்.

'ஏமாற்றாதே. நீ எங்கள் சர்க்கஸ் அழகிகளில் ஒருத்தி' என்றான் கோமாளி.

'சர்க்கஸா? அழகியா?' என்று அவள் கேட்டாள்.

உடனே கோமாளி பயந்தான்! 'நீ யார் என்பதை என் மனது இப்போது அறிந்து கொண்டது. அரசரை நாடகமாடி ஏமாற்றாதே. நீ சர்க்கஸில் 'பாரில்' நடக்கும் அழகிதான். சந்தேகமே இல்லை. இங்கே எப்படித் தோன்றினாய்?'

அவள் சர்க்கஸ் கோமாளியை விசித்திரமாகப் பார்த்தாள். அந்தப் பார்வையை ஊன்றிக் கவனித்த அரசனுக்கு ஒரு விஷயம் புரிந்து விட்டது.

அரசன் இப்போது நடந்திருக்கிற சிக்கலைப் புரிந்துகொண்டான். அவன் பார்த்திருக்காவிட்டாலும் பார்பர் மூலம் இரவு பகலாக அவனுக்குச் சொல்லப்பட்டதால் அவன் மனதில் ஏறி வாசம் செய்ய சர்க்கஸ் அழகியின் உடலோடு ஓர் இளம்பெண் உருவாகியுள்ளாள். தன் மனைவி கொடுக்காத உடல் சுகத்தைக் கொடுக்க இவள் வந்துள்ளாள் என்று அவனுக்குப் புரிந்துபோனது. முதல் மனைவியின் பிம்பத்தின் படைப்பு இவள் என எல்லோரிடமும் ராஜா சொன்னான்.

சர்க்கஸ் கோமாளியிடம், 'நீ போய் சர்க்கஸில் தேடு. அவள் இருந்தால் இவளல்ல அவள் என்று புரிந்து கொள். ஏனென்றால் இவளை என் உடலில் அடுத்த 24 மணி நேரத்துக்குப் பூட்டி வைத்து விடுவேன்' என்று தன் ஆடைகளைக் களைந்தான் ராஜன்.

* புளித்தது என்பது அரிசி வகையைச் சார்ந்த உணவு என்றும், மனித நிழல் என்பது மாம்ச உணவு என்றும் குறியீட்டர்த்தம் உண்டு என்பதைத் தெகிமொலாக் களின் விநோதங்கள் நிறைந்த கவிதையியலை அறிபவர்கள் உணரலாம்.

இப்போது அவன் மனைவியின் ஒரு வாக்கியம் அவன் மனதின் முன் வந்து சலாம் இட்டது.

'நீ கூத்தி வைத்துக் கொண்டிருக்கிறாய்', என்று ராணி அடிக்கடி கோபத்தில் கூறும் அந்த வாக்கியத்தை அழைத்தான். பின்பு ஆணையிட்டான்.

'போங்கள். 'லெப்ட் ரைட்' என்று படை நடந்து போங்கள். போய் உங்கள் ராணியிடம் 'உன் சொல் மாம்சமானது' என்று சொல்லுங்கள்' என்று ஏவினான்.

அந்தச் சொற்கள் தெகிமொலா நாட்டுச் சொற்களா கையால் ராஜனின் ஆணைக்குக் கட்டுப்பட்டுத் தக்க கவனத்துடன் 'லெப்ட் ரைட்' என்று தெருவழி நடந்தன.' ஓர் ஆணிண் உடலிலிருந்து இன்னொரு உயிர் பிறந்த கதை இங்கு இப்படி முடிந்திருந்தது.

***

அப்போது காலம் மிகுந்த மாற்றங்கள் அடையலாயிற்று. பனிக் காலத்தில் குளிர் மிகுந்திருந்தது. அந்த மாதமும் வருடத்தின் பகுதியும் மிகுந்த சந்தோஷங்களுக்கு வழிவைக்காமல் போயின. வருடத்தின் பிற பதினொரு பகுதிகளைப் போலன்றி மாறுபட்ட குணம் கொண்ட காலமிது. இந்தக் காலத்தை நீலப் பேய்களுக்கும் வேதனைகளுக்குமுரிய காலம் என்று பழங்காலத்தவர் கூறினார். ஏனெனில் பல தற்கொலைகளுக்கு ஊக்க மளித்த அவப்பெயரையும் இந்தக் காலம் பெற்றிருந்தது. இந்தக் காலத்தில் நாள்கள் அதன் வெளிச்சத்தையும் எல்லைகளையும் மாற்றிக்கொண்டன. எனவே இரவுகளுக்கும் பகல்களுக்கும் அவ்வப்போது மோதல்களும் அத்துமீறல்களும் நடந்தன. மொத்தமாய் மனிதர்கள் பிரியத்தையும் இயற்கையானது வண்ணத்துப் பூச்சிகளையும் இழக்க வேண்டிய தாயிற்று.

இவ்வாறான பனிக்காலத்தில் பீடிக்கப்பட்ட தெகிமொலா நாட்டு ராணியின் அறையில், பணிப் பெண்களின் சூழ்ச்சியாலும் ராஜனின் கையாலாகாத் தனத்தாலும் ராணி முடங்கிக் கிடந்திருந்தாலும், அவளது சொற்கள் அவ்வப்போது சரிந்துகொண்டிருந்த மனித மதிப்பீடுகளைக் காக்கும் திறம்கொண்டிருந்ததைச் சட்டசபையில் கூட ஆளும் கட்சியினரும் எதிர்க்கட்சியினரும் எந்தவிதத் தயக்கமும் இல்லாமல் கூறினார்கள். பணிப்பெண்களின் சூழ்ச்சிகள் நாட்டு மக்களின் மறதியால் சிலவேளைகளில் ராணிக்கும், நாட்டின்

சரித்திரத்தில் படிந்த நிழல்கள் ✤ 87

முக்கியமான அதிகாரிகளுக்கும்கூடத் தெரியாமல் சட்டங்களாகி விட்டதுமுண்டு.

ஒருநாள் ராணியின் அந்த வாரத்திய புதுப்பழக்கமான முணுமுணுக்கும் பழக்கத்தை எப்படி இந்தப் பணிப்பெண்கள் பயன்படுத்தினார்கள் என்பது மிகவும் சுவையான செய்தி. ராணி நான் எங்கே இனி நடமாடப் போகிறேன்; என் கதை முடிந்தது என்று, பணிப் பெண்டிர் காலையில் கொடுக்க வேண்டிய உணவை மதியம் என்று மாற்றிக் கொடுத்த போது கூறினாள். அதனை ஒட்டுக்கேட்ட பெண்கள் உடனே சட்டத்துறை அதிகாரிகளை அழைத்து வந்து, இனி நடமாடினால் தன் கதை முடிந்துவிடும் என்று கூறியதாய்ச் சொல்லி அதனைச் சட்டபுத்தகத்தில் ஏறவும் வைத்துவிட்டனர். அச்சட்டத்தின் பல ஷரத்துகளின் படி ராணி நடமாட முடியாமலும் தன் நீண்ட அறையிலிருந்து வெளியே வராமலும் செய்யப்பட்டாள். அந்த நேரங்களில் மாறிமாறி ராணியின் இதயம் மட்டும் அட்சர சுத்தமாக ஜெர்மன் மொழி மூலமும் பாரசீக மொழி மூலமும் ஓலமிட்டது. பிறமொழிகளைக் காணும் இடம் எங்கும் கைது செய்யும் சட்டம் இருந்ததால் தெகிமொலாக்களில் மிகச் சொற்பமானவர் களுக்கே அவ்விரு மொழி களும் தெரிந்திருந்தன. ஆகையால் யாரும் ராணி சொன்னதைப் புரிந்து கொள்ளாததோடு, அவள் முதுமையின் பாரம் தாங்காமல் ஒலி ரூபத்தில் தன் உடல் சுமையைக் 'காக்றா மூக்கரா' என்று வெளியேற்றுகிறாள் என்றனர்.

இதுபோல் இந்தக் காலங்களில் ராணி செய்த இன்னொரு செயலாகக் குறிப்பிடப்படுவது ராணி ஒரு குள்ளனையும் ஒரு பாடகனையும் நேரில் வந்து மாளிகையின் கீழ்த்தளத்தில் பார்த்ததாகும். அப்படி அவள் தன் பணிப்பெண்களின் உதவியில்லாது பார்த்தது பற்றிப் பல்கலைக்கழக நூலகத்தின் அந்தக் காலச் சரித்திரப் பிரிவுகளில் செய்தி காணப்பட்டது. அத்தகைய ஒருநாள், நிஜமாகச் சொன்னால் மிகவும் காலம் கடந்து வார்த்தைகள் ராணியிடம் வந்து ராஜன் சொன்னதைக் கூறின. அவற்றை உதாசீனப்படுத்திவிட்டு, நாய்களும் குரங்குகளும் நடத்தும் நாட்டிய நாடகத்தைப் பார்க்க ராணி ஆடைகள் அணிந்தாள். அப்படி ஆடை அணிந்தபின் ராணி செய்த காரியங்கள் இவ்வாறு எழுதப்பட்டிருந்தன:

'அதற்குப் பின்பு அரண்மனையில் வாள்வீரர்கள் போல் தீட்டப் பட்ட ஓவியங்களை அழைத்துத் தன் பலவீனம் கூடிக்கொண்டே போகிறது என்றும், அந்தப் பலவீனத்துடன் தாக்குதல் தொடுக்கத்

தகுதி படைத்த ஒரே வீரன் கருணாகரத் தொண்டைமான் என்றும் கூறி, 'அவன் நாட்டின் எந்தச் சக்தியால் கைது செய்யப்பட்டிருந்தாலும் விடுவித்து வாருங்கள், இது என் ஆணை' என்றும் கூறியபின் நாடகத்தைப் பார்க்கப் புறப்பட்டாள்.' அக்காலத்தில்தான் ராணியையும் கருணாகரத் தொண்டைமானையும் இணைத்துக் கதைகள் பரவின.

அரண்மனை மிகுந்த அளவில் மகிழ்ச்சியால் நிறைந் திருந்தது. ஏனெனில் பல ஆண்டுகளுக்குப் பிறகு மிருகக்கோமாளிகள் அரண்மனைக்கு வருகை தந்திருந் தனர். அடிக்கடி வருகை தந்த மிருகக் கோமாளிகள் இப்போதெல்லாம் கால ஒழுங்குடன் வராததும் கூட மக்கள் மத்தியில் அரண்மனைக்குள்ள முக்கியத்துவம் குறைகிறதென்று எண்ணம் தோன்றக் காரணமாயிற்று. ஏனெனில் மிருகங்கள் மனிதர்களுக்குப் புரியாத அதீத ரகசிய அறிவுகளைக் கொண்டு எதிர்காலத்தைப் புரிந்துகொள்ளும் சக்திகொண்டவை என்ற கருத்தைத் தெகிமொலாக்கள் எப்போதும் நம்பி வந்திருக்கிறார்கள். அந்தப் பிராணிகள், குறிப்பாக நாய்களும் குரங்குகளும் அவ்வளவு சிரத்தையுடனும் உழைப்புடனும் மனித வாழ்வின் காட்சிகளை அப்படியே நடித்துக் காட்டப் பழகிவிட்டிருந்தன. அவை மனிதர் களைப் பார்த்தும் தம் நடிப்பை மேற்கொண்டிருந்தன. ஒரு புத்தகத்தில் காட்சியை மேடைக்கு அருகில் ஓவியமாய்த் தீட்டியிருக்க, அதனைப் பார்த்து நாய்களும் குரங்குகளும் நடித்தன. நாடகத்தின் முடிவில் 'தேவர்களே, இந்த ராஜனைக் காவல் செய்யுங்கள்' என்று பாண்ட் வாத்தியக்காரர்கள் மெல்லிய குரலில் பாட நாய்களும் குரங்குகளும் தத்தம் தலையிலிருந்து தொப்பியை எடுத்துப் பார்வையாளர்களை வணங்கின.'

இதுபோல் பலமுறை அந்த அரண்மனையில் நடந்த நாடகங்களைப் பற்றிய செய்திகள் 'கனவான்களின் போதினி' என்ற பழைய நூலில் படங்களுடன் காணப்படுகின்றன.

ராணி கணவனைத் தேடிய கதை

அரசனின் அடுத்த நடவடிக்கைகளும் ராணி அவனைத் தேடியதும் கீழ்வருமாறு எழுதப்பட்டிருக்கின்றன:

'ராணி நாய்களையும் குரங்குகளையும் கைகுலுக்கிவிட்டுத் தன் மனதின் ஓலக்குரல்களை அடங்குங்கள் அடங்குங்கள் என்று சொல்லிய படி, தன் கணவனான ராஜனை மூடிய தன் கண்ணிமைகளின் வழியே தேடலானாள். பல கோட்டைகளைப் பிடித்துப் புத்தகங்களில்

அவை சரித்திர ஆதாரங்களாய்ப் புகுந்த பிறகு, ராஜன் இத்தகைய நாய்கள் கோட்டையைப் பிடிப்பதை எதற்காகப் பார்க்க வேண்டும் என்பவன் போல் அங்கு வரவோ நாடகத்தைப் பார்க்கவோ இல்லை.

ராணி தன் முதுமையையும் பணிப்பெண்களின் சதியையும் தாண்டித் தன்னை ஒரு கொடிய அபவாதத்திலிருந்து 70 ஆண்டுகளாய்க் காத்த தன் கணவனைக் காணாது விட்டுவிடுவது நல்லதல்ல என்று உணர்ந்தாள். தன் மாளிகையின் ஓரங்களில் அங்குமிங்குமாக ஒட்டியிருந்த இருட்டான பகுதிகளைத் தேடியபடி மேலே அடி எடுத்து நடந்தாள்.

பணிப்பெண்கள் நாய்களும் குரங்குகளும் நடத்திய நாட்டிய நாடகம் பற்றிய நினைவுகளிலும், மாளிகையின் பொறுப்பு விரும்பியோ விரும்பாமலோ தம்மை வந்தடைந்த செருக்கிலும் மெய்மறந்திருந்தனர். ராணி மீது போட்ட காவல் ஓரளவு தளர்ந்திருந்த நேரம் அது. வேறுவேறு அறைகளிலும் மாளிகையின் வேறுவேறு பகுதிகளிலும் துப்பாக்கி ஏந்திய வீரர்களும், வாள் ஏந்திய வீரர்களும் தங்களுக்கு ஒதுக்கப்பட்ட பகுதிகளைக் காத்த வண்ணமிருந்தனர். இந்த மாளிகையின் ஒரே தலைவியாக எத்தனை ஆண்டுகள் இருந்தாள் அந்தப் பெண்மணி! என்னதான் முதுமை என்றாலும் அவள் மாளிகையின் அமைப்பிலும், விளக்கேற்றும் போதும் விளக்கேற்றாத போதும் விழும் நிழல்களின் அமைப்பிலும், உள்ள நெளிவு சுளிவுகளை அறிந்தவள். ஆகையால் தன் மூளை சொன்ன தந்திரங்களை ஏற்றுத் தன் கணவனை அந்த இரவில் தேடிக் கொண்டிருந்தாள். பச்சைராஜன் ராணியைத் திருமணம் செய்த 30வது வயதிலிருந்து இன்றுவரை சுமார் 70 ஆண்டுகளாய் பாக்கியத் தாயோடு காணாத சுகத்தை புதுமனைவியிடம் கண்டு பிடிப்பதில் ஈடுபட்டான். இதற்கு முன்பு நடந்த சங்கதிகளையும் கூட்டாமல் குறைக்காமல் குறிப்பிடவேண்டும்.

சர்க்கஸ் கோமாளி நேரடியாக ஓடிச்சென்று, அரசனது மாளிகையில் பார்த்த பெண் சர்க்கஸில் இருக்கிறாளா என்று தேடியபோது அது சர்க்கஸ் நேரமாகையால் கூடாரத்தில் மிகவும் பயங்கரமான நிகழ்ச்சியில் இரு கைகளையும் விட்டுவிட்டு ஓர் ஊஞ்சலிலிருந்து மறு ஊஞ்சலுக்கு அந்த சர்க்கஸ் அழகி பாய்ந்தாள். சர்க்கஸ் கோமாளி ஏமாற்றத்தால் எழுப்பிய 'அஷ்மஷா' என்ற சப்தம் யாருக்கும் கேட்கவில்லை. அரசன் தன்னை ஒரு பொய்யன் என்று சொல்லித்

தண்டனை தராதபடி தப்பிக்க என்ன செய்ய வேண்டும் என்று அவனது மூளை உடனே இயங்கியது. ஒரு வேலைக்காரனை அழைத்து, 'சர்க்கஸ் அழகி சர்க்கஸில் ஆடிக்கொண்டிருக்கிறாள்' என்று ராஜனிடம் சொல்லச் சொல்லி அனுப்பினான். பின்பு சர்க்கஸ் கூடாரத்தில் வைக்கப்பட்டிருந்த ஒரு புலிக்கூண்டைப் பிடித்தபடி தனக்குத்தானே கோமாளி இப்படிச் சொன்னான்:

'அரசன் சொன்னது சரியாகிவிட்டது. அவனது சங்கல்பமும் சர்க்கஸ் அழகி பற்றி பார்பர் மூலம் கேட்ட செய்திகளின் உண்மையும் சேர்ந்து 100 வயது அரசனுக்குக் காதலி உருவாகிவிட்டாள்.'

பாக்கியத்தாய், தன் கற்புக்குக் களங்கம் கற்பிக்காமல் தன்னைவிட்டு விட்டுத் தன் கணவன் போய் ஒளிந்துகொள்ளும் இடங்களை எல்லாம் தேடும் வேலையைவிடவில்லை. எனினும் எங்கும் அவன் கிடைக்கவில்லை. தன் உடம்பைவிட்டு நீங்காத கற்பு எவ்வளவு சக்தி உடையதாக இருந்தால் தன் கணவன் இப்படி எங்குத் தேடியும் கிடைக்காமல் போவான் என்று எண்ணியவளாய் 'ஓ கற்பே தொலைந்து போ' என்று தனது கற்பைச் சபிக்க ஆரம்பித்தாள். தன் மனத்தில் ஈ போல் கற்பு மொய்த்திருப்பதாய் நினைத்து மனத்தை அடிக்கத் தன் கைகளைத் தயார் செய்தாள்.

அரசி கடந்த எழுபது ஆண்டுகளாய் செய்யாத காரியத்தை இன்று செய்வது கண்டு மாளிகையில் மறைந்திருந்த பழங்காலங்கள் ஒரு பறவை போல் சிறகை அடித்து ஆச்சரியப்பட்டன. நியதிகள் தங்களுக்குள் விநோத பார்வை பார்த்துக்கொண்டன. என்றாலும் ராஜனின் செவிகளில் அரசியின் சாபம் போய்ச் சேரவில்லை. ஏனெனில் கடந்த எழுபது ஆண்டுகளாய் தனக்குக் கிடைக்காத பாதுகாப்பு இப்போது கிடைத்திருப்பதாய்க் கருதிக்கொண்டு தன் புதிய காதலியின் உடலில் புகுந்துவிட்டிருந்தான் அவன். ஒருநாள் அவள் உடலில் இருந்து அவன் விடுபட்டதும் அவளுக்கு ஒரு பெயர் சூட்டவேண்டுமென்று நினைத்தான். அப்பெயர் எதுவாக இருக்க வேண்டுமென்று அவனால் தீர்மானிக்க முடியவில்லை. அவளது உறுப்புகள் அப்போது அவனது உதவிக்கு வந்தன. அவை ராஜனே உனக்குப் பிடித்தமான பெயர்களை ஒவ்வொன்றாய் சொல். தக்க பெயர் வந்தால் நாங்கள் அடையாளம் காட்டுகிறோம் என்றன. அப்பெயராலேயே நீ அவளை அழைக்கலாம் என்றன. அப்படி அவளுக்குக் கொடுக்க வேண்டுமென அவன் நினைத்ததும் அவளது உறுப்புகள் ஏற்றுக்கொண்டதுமான பெயர் 'சங்கல்பராணி' என்பது.

அவளுக்கு ஒரு பெயர் கிடைத்தவுடன், பெயருள்ள எல்லாப் பொருள்களுக்கும் ஏற்படுவதுபோல், அவளுக்கும் தனிக்குணம் ஏற்பட்டது. அவள் அப்படித் தனிக்குணம் பெறப்பெற அரசனின் குணமும் மாறிக் கொண்டே போனது. அவளது அந்தஸ்து திடீரெனக் கூடிற்று. அரசன் மீண்டும் தன் அதிகாரத்தை நிலை நாட்டினான். அவன் தனக்கும் புதிய ராணிக்கும் ஒரு தனி மாளிகையை அங்கிருந்தவர்களின் மனதிலும் கற்பனையிலும் ஒரே நேரத்தில் கட்டினான். அந்த மாளிகையில் ஆறு வாசல்களை அமைக்க அருகிலிருந்த பதினைந்து தெருக்களின் கடைசி மூலைவீடுகள் இடிக்கப்பட்டன. அறுபத்துநான்கு காவலர்கள் இவன் இருந்த இடத்தையும் எண்பத்து எட்டுப் பேர் இவன் நின்ற இடத்தையும், நாற்பத்து ஒன்பது பேர் இவன் படுத்த இடத்தையும் காவல் செய்தனர். நூலகத்தில் உள்ள புராதன நூல்கள் கூறியபடி இந்த எண்கள் அமைந்தன. இவன் பயணங்கள் செய்தபோது பத்துக் குதிரைகள் இவனுடன் வந்தன. ஏழு பேர் சிறு 'டிரம்'கள் அடித்தனர். வெள்ளியால் செய்த சங்குகளால் வழிநெடுக முழக்கமிட ஏழுபேர் அமர்த்தப் பட்டனர்.

இவ்வாறு அரசன் நினைவுக்குள்ளேயே புதிய அரசனாகி ஆளத் தொடங்கினான். இதுவரை இருந்தவன் வேறு, இப்போது மனதுள் மாறியவன் வேறு என்னும் படி புதியவனாய் மாறினான் ராஜா.

அரசி எல்லா இடங்களிலும் தேடிவிட்டுத் திரும்பிய போதுதான் அவளுக்குக் காலம் பற்றிய நினைவு வந்தது. அரசன் எதையும் செய்யத்தக்கவன் என்று இந்தச் சந்தர்ப்பத்தில் நினைத்தாள். அவளது நினைவுகள் சில குறிப்பிட்ட விதிமுறைகளுக்குத் தக இயங்கும் தன்மை உடையவையாதலால் அரசனைக் காணாததால் அவளது மனத்தில் ஒரு புதிய பலவீனம் புகுந்தது. அந்தப் பலவீனத்தை ஒரு பூனை எலியைப் பார்ப்பது போல் பார்த்தாள். அவளது பார்வையைப் பொறுக்க முடியாத எலி அவள் மனத்தினுள்ளிருந்து வெளியேறி ஓடியது. இந்தக் களேபரத்தில் மனம் வெகுவாகப் பாதிக்கப்பட்டதால் அவளது நினைவுகள் முன்கூட்டிக் குறிப்பிட்டுச் சொல்ல முடியாதபடி எல்லா யோசனைகளையும் செய்தது. ஆக, எலிகளும் பயமும் கோபமும் மனத்தில் குடியேறும்படியாயிற்றா என்று யாரும் ராணியைப் பார்த்துக் கேட்கும் நிலைமையில் அவள் இருந்தாள். இது அரண்மனையில் அடிக்கடி சதி செய்துகொண்டு அலையும் பணிப்பெண்களுக்கு வசதியாக மாறியது. எனவே

ராணி பணிப்பெண்களைத் தோற் கடிக்கும் சதித்திட்டங்களையும் தீட்ட வேண்டிய நிர்பந்தத்தில் இருந்தாள்.

இவ்வளவு நெருக்கடிகளோடு தன் மனம் என்னும் வாகனத்தை வேகமாகச் செலுத்தினாள் ராணி. விபத்துகள் நடக்கக்கூடாது என்ற குரல் கேட்டுத் திரும்பிப் பார்த்தாள். அவள் முன்பு காலம் நின்றது. காலத்தை அழைத்தாள். அது நொண்டி நொண்டி வந்தது. ஏனெனில் அச்சமயத்தில் காலச்சக்கரம் உடைந்தபடி ஓடிக் கொண்டிருந்ததே காரணம். ஒரு மாதத்தை அரசன் ஏற்கனவே எடுத்து வேறெங்கோ வைத்திருந்தான். 'அரசன் வசந்தத்திலா, கோடையிலா, பனிக் காலத்திலா, எந்தக் காலத்தினுள் போய் அமர்ந்துகொண்டான்?' என்று கேட்டாள். காலம் பதில் சொல்லாது என்று தெரியும். இருந்தும் கேட்டாள். ஏனெனில் அவளது ஆற்றாமை அவ்வளவு பெரிதாக இருந்தது. நிலை தடுமாறினாள். இந்தப் புதிய நிலை தடுமாற்றத்திற்குப் பணிப்பெண்களின் சதியோ, முதுமையின் தாக்குதலோ முதன்மையான காரணம் அல்ல என்பது அவளுக்குத் தெரிந்துவிட்டது. எனவே அவளது எல்லாவித சக்திகளையும் அழைத்தாள். அவளது இளமையைத் தவிர்த்து, அவளது சௌந்தர்யமும் சக்தியும் இத்தனை காலமும் அரசியின் குரலுக்காகக் காத்திருந்தாற் போல் ஓடோடி வந்தன. ராணி தன் முன்பிருந்த ஆளுயரக் கண்ணாடியில் பார்த்தாள். அதில் ஒரு முதியவள் அழகுபெற்ற தோற்றம் தெரிந்தது. அது தனது தோற்றமே என்று அறிந்தாள். மறுகணம் அவள் உருவம் நீங்கி, அரசன் அந்த மாயக் கண்ணாடியில் தெரிந்தான். ஆனால் எந்தவகையில் தன் கணவனின் உடல் தன் கண் முன்பு தென்படக் கூடாது என்று வாழ்நாள் எல்லாம் நினைத்தாளோ அந்த விதமாக அவன் உடலைக் கண்டாள். அரசன் பெண் வஞ்சகத்தின் கொடிய மனதிற்குப் பலியாகிவிட்டான் என்பதை முதன்முதலில் அந்தக் கண்ணாடியைப் பார்த்து அறிந்தாள். தன்னைக் காண்பிப்பதற்குப் பதில் அந்தக் கண்ணாடி தன் கணவனைக் காண்பிப்பதைப் பற்றி நினைத்ததும் சற்றுக் குழம்பினாள். பின்பு அந்தக் கண்ணாடியில் இப்படிப்பட்ட இயற்கைக்கு ஒவ்வாதக் காரியங்களை காணமுடியும் என மாயா ஜால நூல் களில் படித்ததை நினைத்தாள்.

கண்ணாடியில் அரசன் சங்கல்ப ராணியுடன் புணர்ந்து கொண்டிருந்தான்.

இவ்வளவு அதிர்ச்சி தரத்தக்க இந்த நாள் ராணியை ஓர் உலுக்கு

உலுக்கியது. பொலபொலவென விளையாடும் சீட்டுகள் போல் இன்றுவரை ராஜனுடன் வாழ்ந்த 70 ஆண்டுகளும் அவள் முன்பு விழுந்து சிதைந்தன. இறுதியாக அந்த 70 ஆண்டுகளையும் அடுக்கி அருகில் வைத்தாள்.

இப்படிச் சோர்வு அடைந்தாலும் ஓய்ந்து போக வில்லை பாக்கியத்தாய். அதிகாரம் தன் கைகளைவிட்டு முழுதாய்ப் போய் விடவில்லை என்றெண்ணினாள். அவளது முத்திரை குத்திய லிகிதங்கள் அவளின் அதிகாரத்தைச் சந்தேகத்துக்கு இடமின்றி விளக்கின. எடுத்துக்காட்டாக அவள் அன்று கணவனைத் தன் அரண்மனையின் மாயக் கண்ணாடியில் கண்டபின் தனது செயலாளரை அழைத்துத் தன்னை ஆயுதம் தாங்கிய காவலர்கள் பணிப்பெண்களின் தூண்டுதலால் சிறை செய்திருக்கும் சதியை விளக்கிச் சட்டசபைக்கு ஒரு கடிதம் எழுதச் சொன்னாள். அப்போது செயலாளர் சொன்ன செய்தி அவளைச் செயலிழக்க வைத்தது.

'புவன மகா ஸ்ரீ, தயாகுருபரரான ராஜராஜ மகாராஜர்களின் புத்திரிகளின் ஸ்தானத்தை அலங்கரிக்கும் பாக்கியத்தாய் அவர்களே! நீங்கள் எப்போதும் வெளியே வரமுடியும். தங்களை வெளியில் நடமாட முடியாமல் செய்திருப்பவர்கள் காவலர்கள் அல்லர். அப்படி நடமாட முடியாமல் தங்களை வைத்திருப்பது தங்கள் விதி. ஏனென்றால் அடிக்கடி முடக்குவாதம் தங்களை நடமாட விடவில்லை என்பது உங்கள் உடலைப் பார்த்துப் பரிசோதனை செய்த மருத்துவர்களின் எண்ணமாகும். தாங்கள் நினைவுக்குள்ளும் உடலுக்குள்ளும் சிறைப்பட்டிருக்கிறீர்கள்...'

(இந்தப் பகுதி இப்படி முடிந்திருந்தது).

○

12

இப்படி ராணி பிரமையின் சிறையில் கிடந்து துன்புற்றுக் கொண்டிருந்த காலத்தில் கல்வியமைச்சரின் தூண்டுதலால் இரண்டு தெகிமொலா எழுத்துகளுக்கு அதிகம் பழமை கொடுக்கும் காரியத்தில் பல்கலைக்கழக மொழித்துறைத் தலைவர் ஈடுபட்டிருந்தார்.

கருணா பொக்கிஷத்தின் கதை

கல்வி அமைச்சரின் ஆணையால் துறைத்தலைவர் இரண்டு எழுத்து களுக்கு அதிகப் பழமை கொடுக்கும் காரியத்தில் கண்ணும் கருத்துமாய் இருந்தபோது நகரில் மொழியால் அவதிக்குள்ளாகி இறந்த ஒரு குழந்தையின் கதை பரவியது. பல நோய்களால் மக்கள் அவதிக்குள்ளாகி இறந்து கொண்டிருந்த அந்தக் காலத்தில், நோயால் அல்லாமல் மொழி ஏற்படுத்தியக் கோளாறால் ஒரு குழந்தை இறக்க முடியும் என்பதை மதிப்பு மிகுந்த ஒரு நூலிலுள்ள கதை விளக்குகிறது:

'கருணா பொக்கிஷம் என்ற பெயர் அவர்களின் மொழியில் சற்று விசித்திரமாக ஒலித்தது. அதுபோன்ற பிற விசித்திரமான பெயர்களைச் சுருக்குவது போல் அந்த விசித்திரமான பெயரையும் அந்த மக்கள் சுருக்கினார்கள். பெயர்களைச் சுருக்கும் விதிப்படி இறுதி அசையான 'ஷம்'மும் முதல் எழுத்தான 'க'வும் இணைத்து 'ஷம்க' என்று மாற்றிக்கொண்டனர். அப்படி மாற்றவில்லையெனில் அப்பெயரை அவர்கள் உச்சரித்து உச்சரித்து ஒருவேளை பற்கள் அத்தனையும் உதிர்ந்தாலும் உதிர்ந்து இருக்கும். அந்த 'ஷம்க' பிறந்த பத்து மாதத்திலேயே தெகிமொலாக்களின் மொழியிலுள்ள பல்லாயிரம் சொற்களை அறிந்து கொண்டதால் சொற்களை நிமிடத்திற்கொன்றாக வெளியேற்ற வேண்டிய நிர்பந்தத்தில் குழந்தை இருந்தது. எனவே அந்தக் குழந்தை தூங்கும் போதும் பால் குடிக்கும் போதும்கூட தன் வாய்வழியாகச் சொற்களை வெளியேற்ற

வேண்டிய கட்டாயத்தில் இருந்தது. தூங்கும் போது குழந்தையின் மூடப்படாத வாயில் ஒரு சிறு பஞ்சைத் திணித்துவைக்க மருத்துவர்கள் ஆலோசனை கூறினர். அவ்வாறு இரவு பகலாகத் தெகிமொலா மொழியின் வார்த்தைகளைக் காலா காலத்திற்கும் வெளியேற்றிக் கொண்டிருந்த அந்தக் குழந்தைக்கு ஒன்றரை வயது ஆனது. அப்போது குழந்தை சொற் களுக்குப் பதிலாக இரண்டு அடிகளால் எழுதப்பட்ட பாடல்களை இரவு பகலாக வெளியேற்ற ஆரம்பித்தது. மற்ற குழந்தைகள் வளர்வதை ஒரு வருடம், இரண்டு வருடம் என்று ஆண்டு முறையில் கணிப்பார்கள். இந்த ஆச்சரியக் குழந்தை அரையாண்டுக் கணக்குப்படி பாதிபாதியாய் வளர்ந்தது. அதாவது ஒன்றரை, இரண்டு, இரண்டரை, மூன்று என்று வளர ஆரம்பித்தது. நகரங்களில் மக்கள் கூட்டமும் நெரிசலும் ஒவ்வொரு நாளும் கூடிக்கொண்டிருந்த போது ஆச்சரியமான அக்குழந்தை மூன்று வயதை எட்டியது என்று அறிவித்த மறுநாள் அந்தக் குழந்தை மரணம் அடைந்தது.

சொல்லின் பொருள் ஒருநாள் மேற்கண்ட கதை யைக் கேள்வியுற்று 'ஷம்க' என்ற அந்தக் குழந்தையின் வியக்கத்தக்க சொல்லாற்றலை எண்ணிப் பார்த்தான். அப்போது அவனுக்கு ஒரு விஷயம் விளங்கிற்று. சொற்களை உடம்பில் தோன்றும் மலம்போல் காலாகாலத்தில் வெளியேற்றாவிட்டால் சொற்கள் ரத்த நாளங்களை அடைத்து ரத்த ஓட்டம் பாதிக்கும் என்பதுதான் அந்த உண்மை. அதுபோல இத்தகைய ஆச்சர்யப்படத்தக்க குழந்தைகள் அற்பாயுளில் இறந்துவிடுவது அந்தத் தேசத்துக்கு நல்லது என்ற எண்ணமும் கூடவே எழுந்தது. மேற்கண்ட கதையை நினைத்தபடி இருந்த சொல்லின் பொருள் மனதிற்குள் ஓர் அசைவு தென்பட்டது. அந்த அசைவை அவன் கண்காணிக்க ஆரம்பித்தான். அந்த அசைவு தன் அண்ணனுக்குரியது என்பது புரிந்ததும் மனதில் ஏதோ ஒருவகை 'சுகம்' ஏற்பட்டது. இப்போது, சொல்லின் பொருள், என்ன இருந்தாலும் சொந்த அண்ணனைப் பற்றிய எண்ணம் இனிப்பாகத் தான் இருக்கிறது என்று தனக்குத்தானே சொல்லிக்கொண்டான். அந்நேரம் தூரத்தில் தெரிந்த நிழலைக் கண்ணாலும் பார்த்தான். அவன் மனம் துணுக்குற்றது.

ஏனென்றால் அண்ணனான 'மலைமீது ஒளி' இப்போது இரு பிரிவுகளாகத் தென்பட்டான். ஒரு பிரிவு அவனது அகமாகவும் இன்னொரு பிரிவு புறமாகவும் இருந்தது. இப்படிப் பிளவுண்டு போன மனிதனாகத் தன் அண்ணன் மாறுவதற்கான காரணம் என்ன

என்று யோசித்தான். தத்துவங்களில் உலகமானது அகவய மாகவும் புறவயமாகவும் பிளவுபட்டு நிற்பதாக விளக்கப்படுவதுண்டு; அந்தப் பிளவு 'மலைமீது ஒளி'யைப் பீடித்துள்ளது என்று கவிஞனின் மனது வந்து சொல்லி மறைந்தது.

இப்படித் தத்துவம் வந்து மனிதனைச் சிதைக்குமா என்ற ஆச்சரியத்தோடு இருந்த கவிஞன், இப்போது தன் அண்ணனுக்குப் பின்புறத்தில் வேறு இரண்டு துப்பாக்கிகளின் நிழல்கள் இருப்பதைக் கண்டான். அவை வெறும் நிழல்களாகவே தன் அண்ணனைத் தொடர்வதைக் கண்டபோது கவிஞன், தன் அண்ணனின் மனது பிளவுபட்டதற்கு வேறுகாரணங்களும் உண்டு என்பதை அறிந்தான்.

வெறும் தத்துவம் மட்டுமின்றி, அண்ணனின் மனதிற்குள் ஏற்பட்டுள்ள கேள்விகள் அவர்களின் இயக்கத்தால் தடைப்படுத்தப் பட்ட கேள்விகள் என்று அறிந்தான். இதன் விளைவு என்ன என்பது சொல்லின் பொருளுக்குத் தெரியும். அந்தக் கேள்விகள் தன் அண்ணனின் மனதுக்குள் தோன்றியது போலவே உணவும் நீரும் இல்லாமல் மறைய வேண்டும். அப்படி மறையாவிட்டால் அக்கேள்விகள் கைது செய்யப்பட்டுப் பகிரங்க விசாரணைக்கு உட்படுத்தப்படும்.

இங்கு அண்ணனுக்கு ஏற்பட்டுள்ள கேள்விகளைப் பார்த்தபோது சொல்லின் பொருள் பயப்பட ஆரம்பித்தான். அவை சாதாரணக் கேள்விகளான 'என் உணவு எப்போது வரும்?' என்பதோ, 'எனக்கு என்ன கட்டளை இடுகிறது தலைமைபீடம்?' என்பதோ அல்ல. யாரும் கேட்கக் கூடாத கேள்வி. அக்கேள்வி சட்டையும் பேண்டும் அணிந்து வெளியில் வேறு வந்துவிட்டது. அது 'நம் பகைவன் யார்?' என்பதாக இருந்தது.

ரகசிய இயக்கத்தவர்கள் தன் அண்ணனைக் கண்காணிக்க இரு துப்பாக்கி நிழல்களை அனுப்பியது பற்றி இப்போது கவிஞன் யோசித்தான். தன்னைச் சித்திரவதை செய்தபோது கூட தன் பகைவன் பற்றிச் சந்தேகம் வராத அண்ணனுக்கு ஏன் இந்தச் சந்தேகம் இப்போது மட்டும் வந்தது என்று எண்ணினான். இப்போது இந்த எண்ணம் தன்னையும் தொற்றிவிடுமோ என்று சொல்லுமளவு பெரும் கொந்தளிப்பான உணர்வுகள் கவிஞனிடம் உருவாகின. தன்னைக் கட்டுப்படுத்த முடியாததை உணர்ந்தான். தன் தாயின் உடல் பெருகிய அன்றைய தினத்தைப் போல் நிலை கொள்ளாதவனாய் ஆனான். தனக்கு யாரும் துணை கிடைக்க மாட்டார்களா என்று எண்ணினான்.

நிழல் வடிவத்தில் வாழும் தன் தங்கையை இப்போது இவன் மனம் நினைத்தது. அப்போது அவன் அண்ணனுக்கும் ரகசிய அமைப்பின் மகுடம் அணிந்தவர்களுக்கும் நடுவில், இரு மகுட நிழல்கள் மட்டும் வந்து நீதிபதிகளாய் இடது புறத்திலும் வலது புறத்திலும் அமர்ந்திருந்தன.

முதலில் அவன் அண்ணன் மகுட நிழல்களைப் பார்த்து இரு எதிர்ப்புகளை முன்வைத்தான். ஒன்று, மகுட நிழல்கள் நடத்தும் விசாரணைக்கு நீதி விசாரணை என்று பெயர் சூட்டக் கூடாது என்றான்.

'ஏன்?' என்று மகுட நிழல்கள் ஒரே குரலில் கேட்டன.

'ஏனெனில் வெளிநாட்டுத் தலைவர் நீதிவிசாரணை என்ற சொல்லைப் பகைவர்களின் சொல் என்கிறார்.'

அடுத்த எதிர்ப்பைக் கேட்டு மகுட நிழல்கள் புருவங் களை நெரித்தன. அப்படி நெரித்தபோது நிழல்கள் நிஜ மனிதர்களைப் போலவே செய்தன.

அந்த எதிர்ப்பை இப்படி அண்ணனான 'மலைமீது ஒளி' முன்வைத்தான்.

'மகுட நிழல்கள் என்பது உண்மையின் சுயவடிவ மல்ல, வெறும் பிம்பம்தான்; எனவே உண்மையான வடிவம் வெளிவர வேண்டும்.'

மகுட நிழல்கள் இப்போது இரண்டு துப்பாக்கி நிழல்களை அழைத்து அவனைக் கண்காணிக்க ஏவின.

மகுட நிழல்கள் பின்பு தம் கேள்விகளைக் கேட்டன;

'நம் பகைவன் யார் என்று கேட்கிறாயே! எதற்காக உன்னைச் சித்திரவதை செய்தார்கள்? அப்படிச் செய்தவர்கள் யார்?'

இப்போது அண்ணன் ஓர் எதிர்க்கேள்வியை முன்வைத்தான். அவனது கேள்வி இப்படி வார்த்தைகளாய்ப் புறப்பட்டது.

'நான் சித்திரவதைக்காளான போது என் பகைவர்களைப் பற்றித் தெள்ளத் தெளிவாகத் தெரிந்தது. ஆனால் எனக்குள் மாற்றம் எப்போது ஏற்பட்டது தெரியுமா? ஓர் இளைஞன் சிரித்தபடி சுத்தமாக ஆடை அணிந்துகொண்டு வந்து சித்திரவதை செய்யப்பட்ட என் உடலைப் பார்த்தான். அதன் பின்னும் எந்தவிதச் சலனமோ சந்தேகமோ தன் மனதில் எழாமல் வந்தது போலவே போனானே! அந்த க்ஷணத்தில் என் பகைவன் என் மனத்திலிருந்து கரைந்து போனான். என்ன முயன்றும் பகைவனை எனக்கு இப்போது கற்பனை செய்வதே கடினமாக உள்ளது.'

நீதி விசாரணை செய்த நிழல்கள் இப்போது சிரித்தன.

அண்ணன் அவைகளை ஏன் என்று கேட்டான். அவை அண்ணனிடம், 'அவன் நிஜ மனிதனல்ல' என்றன.

அதற்கு அண்ணன், 'அது எப்படி? அப்படி நம் தலைவனின் 18 தத்துவங்களில் எதுவும் கூறவில்லையே' என்றான்.

சற்று நேரம் யோசித்த நீதிபதி நிழல்கள், விஷயத்தை மாற்றும் நோக்கத்தோடு இப்படிக் கேட்டன:

'அதன் பிறகு பகைவர்களைக் காண முயன்றாயா?'

'முயன்றேன். என் பகைவர்கள் முன்புபோல் என் மனத்தின் முன்வரவேண்டும் என்று எவ்வளவு முயன்றேன் தெரியுமா?'

'அப்படியும் பகைவர்கள் தோன்றவில்லையா?'

'இல்லை. இல்லவே இல்லை.'

'தத்துவ சாஸ்திரங்களையும் பொருள் சாஸ்திர நூல்களையும் ஒருசேரப் படித்துப் பார்த்தாயா? தத்துவத்திற்கு அதிக புத்தகமும் பொருள் சாஸ்திரத்திற்குக் குறைந்த புத்தகங்களும் படித்தாயா? கவனித்துப் பதில் சொல்.'

'நான் தத்துவப் புத்தகங்கள் படித்தவன் என்பது உண்மைதான். ஆனால் இரண்டு தத்துவப் புத்தகங்கள் படித்தால் நான்கு பொருள் சாஸ்திரப் புத்தகங்கள் படித்தேன் என்பதுதான் உண்மை.'

'அப்போதும் பகைவன் யார் என்று புரியவில்லையா?'

'இல்லை என்பதுதானே என் துக்கத்துக்கான காரணம்.'

'பகைவனைக் காணாததற்கு நீதான் காரணம் என்று நினைக்கிறாயா? அல்லது பகைவனே காரணம் என்று நினைக்கிறாயா?'

'தெரியவில்லை.'

'இந்தத் தெரியாமையைப் போக்க நீ முயற்சிகள் எடுத்திருக்க வேண்டும்.'

'முயற்சிகள் எடுத்தேன்.'

'அப்புறமும் பகைவன் தென்படவில்லையா?'

'இல்லையே'

'இறுதியாக ஒரு கேள்வி. நீ எந்தக் குலத்திலிருந்து வந்தவன் என்பது உனக்கு நினைவு இருக்கிறதா?'

'நான் ராஜ குடும்பத்திலிருந்து வந்தவன்.'

அன்றையதினம் விசாரணைகள் அத்துடன் முடிய, மகுட நிழல்கள் கடைசி கேள்வி கேட்ட திருப்தியுடன் மறைந்தன. அதன் பின்பு துப்பாக்கியுடன் அந்த மலையின் நீண்ட கரடுமுரடான பாதையில் நடக்க ஆரம்பித்தான்.

இனி தன் அண்ணன் மற்ற முன்னாள் தலைவர்களை நீதி விசாரணை செய்யப் போகிறான் என்று நினைத்தான் கவிஞன். அகமாயும் புறமாயும் மனிதர்கள் மாறுவதன் விளைவு மிகவும் தொல்லைக்கு உரிய தென்று கவிஞன் உணர்ந்தான். அன்று ஏற்பட்ட அதிர்ச்சியில் தன் மனம் பெரிதும் பாதிக்கப்பட்டதை யும் அறிந்தான் அவன்.

கேட்போன் கூற்று

அய்யா, சரித்திரம் சொல்லிச் செல்லும் நண்பரே! சற்றே நிறுத்தும். ஐயம் ஒன்று உளது என் மனத்தினில். எனவே சற்றுப் பொறும். கதைதனில் மலைமீது ஒளி பேசும் உரையாடலில் சுத்த ஆடை உடுத்திவந்த இளைஞன் பற்றி வருகிறது. அந்த இளைஞன் ஏதும் பேசலை. ஏதும் செய்யலை. அவனைப் பார்த்ததும் ஏன் மலையின்மீது ஒளி தனது இலட்சியம் பற்றிச் சந்தேகமுறுகிறான்? என்போல், கதைதனில் ஐயம் கொண்டோர் ஆயிரம் பேர்கள் இருக்கலாம், எனவே கேட்கிறேன். வாசகன் ஒரு பொம்மை என்று நினைக்காதேயும். கண்ணும் உண்டு. காதும் உண்டு. கேட்க உரிமை உள்ள குடிமகன். பதிலைச் சொல்லி மேலே சரித்திரக் கற்பனைக் குதிரை போகட்டும்.

சொல்வோன் கூற்று

சொல்வேன்! சொல்வேன்! உமது உரிமைக்குரல் கேட்டு மகிழ்கிறேன் அய்யா. நிஜமாய் மகிழ்கிறேன். கேளும். நேற்று என்ன தேதி? பாழும் மறதி, ஞாபகம் வரலை, விட்டுத் தள்ளும். சிறுபத்திரிகை பழக்கம் உள்ள நண்பர் அவர். வேற்று நாட்டில் வசிப்பவர் வந்தார். பதறிப் போயிருந்தார். அந்த பஸ் நிலையத்தில் வேற்று மொழி பேசும் நூறுபேர். குழந்தையும் பெண்களும் அதில் உண்டு, நிமிடத்தில் போராளிகளின் துப்பாக்கி சப்தத்துக்கிடையில் செத்துப் போனார் அத்தனை பேரும் என்றார். இன்னொரு நாள் சிறு பத்திரிகை நடத்தும் கிராமத்து நண்பர் வந்தார். சொன்னார், இன்ஸ்பெக்டர் முரடன் பிடித்தபிடியில் செத்துப் போன சிவப்புப் புத்தகம் தூக்கிய இளைஞனின் கதையை. மூன்றாம் நிகழ்ச்சி, கற்புக்காக மனைவியின் தலையை

வெட்டிக் கொண்டு போலீஸ் நிலையம் வந்த கணவர். மூன்று நிகழ்ச்சிகளையும் பார்த்தவர்கள் யாரும் இல்லை. ஒருவர் இருந்தார் என்றால் அவர்தான் என் பேனா மூடியின் துவாரத்தில் ஒளிந்திருந்த இளைஞன் பாத்திரம். இந்த மூன்று நிகழ்ச்சிகளும் இவனுக்கு ஒன்றுதான். இந்த மூன்று நிகழ்ச்சிகளும் இவனைப் பாதிக்காது. அதுதான் இந்த மூன்று நிகழ்ச்சிகளுக்கும் ஓர் ஒத்த அடிப்படையைக் கொடுத்த சங்கதி.

கேட்போன் கூற்று

அப்படியென்றால் அந்தப் பாத்திரம் நிஜப்பாத்திரமா? ஏன் கேட்கிறேன் எனில் இது சரித்திரம் அன்றோ!

சொல்வோன் கூற்று

ஆமாம் அய்யா! என் பேனா மூடியின் துவாரத்தில் ஒளிந்திருந்த நிஜப்பாத்திரம். சரித்திரம் என்றால் பேனாமூடியிலிருந்து குதித்து வந்த பாத்திரங்கள் இல்லையா என்ன? ராமர் பிறந்ததைக்கூட கண்டவர் உண்டு, மூச். பேசாதீரும்.

சொல்லின் பொருளுக்கு உருவான பெண்

சொல்லின் பொருள் இடத்தை மாற்ற அறிந்திருந்தது போலவே தன் மனதில் ஏற்பட்ட நினைவுகளின் உருவத்தைப் பார்க்கவும் பழகினான். அதாவது கண் களைத் திறந்தபோது தன் அன்னையான அரசியிருந்த மாளிகைக்கு எண்பதாவது மைலில் பெரும்பகுதி உடைந்த பெரிய ஒரு அரண்மனை தென்பட்டது. புராதன அடையாளங்களான பச்சைப் பாசியும், மழைநீர் விழுந்து கறுத்துப் போன சுவர்களும், செடி கொடிகளின் புதர்களும் சுவர் பிளவுகளில் ஒளிந் திருக்கும் பூச்சிகளும் கொண்ட அந்தப் பல நூற்றாண்டுகளின் அடையாளங்களைக் கொண்ட மாளிகையைப் பார்த்த கவிஞன் இப்படி நினைத்தான்:

'என் நினைவுகளுக்கு எத்தகைய வடிவம் கிடைத் துள்ளது என்று காண ஆசைப்பட்ட எனக்கு என் கண்முன் விடை கிடைத்திருக்கிறது. என் நினைவுகள் ஒரு புராதனமான இடிந்த அரண்மனையின் வடிவத்தைக் கொண்டிருக்கின்றன.'

இந்த நினைவு தோன்றியவுடன் அவன் பெரும் மாற்றங்களுக்கு ஆளானான். அப்போது அவனது மனதில் கால ஓர்மையும் தொலைவு பற்றிய உணர்வும் கலந்து குழம்பின.

காலமும் இடமும் குழம்பியபின் நடந்த பெரிய களேபரமாகத் தூரப் பரிமாணத்தைத் தனது வளர்ச்சியின் விதியாய்க் கொண்ட ஓர் இளம்பெண் அவனுக்குத் தோன்றினாள். அவள் புராதன அரண்மனையின் எல்லா அறைகளிலும் ஒரே நேரத்தில் இருந்தாள். அவளைப் பற்றிச் சொல்வதற்குமுன் காலத்தைத் தூரம் ஆக்கிரமித்தால் என்ன சம்பவிக்கும் என்று விளக்க வேண்டும். பத்து ஆண்டுகள் என்பது பத்து மைலுக்குச் சமானம். எனவே பத்து மைலுக்கு அப்பால் இருப்பவரின் தோற்றம், பத்து வயதாகத் தெரியும். அந்த விதி சொல்லின் பொருளின் மனதில் தோன்றிய பெண்ணிடம் செயல்பட்டது. இப்போது சொல்லின் பொருள் அவளை எங்கோ பார்த்ததாய் நினைத்து அவளிடம் பேச ஆரம்பித்தான். அவள் பேசிய பேச்சும், பத்து மைல் களுக்கப்பால் தெரியும் அவளது தோற்றமும் அந்தப் பெண்ணுக்குப் பத்து வயது என்று காட்டின. அவளுக்கு அவன் 'காலத்தை வென்றவள்' என்று ஒரு பெயர் சூட்டினான். சொல்லின் பொருளின் மனதில் அவள் ஓடியாடினாள். தூரத்திலிருந்த வண்ணத்துப்பூச்சிகளைப் பிடித்து அவற்றின் வாலில் கனமில்லாத பூக்களை நுழைத்துப் பறக்கவிட்டாள். அவன்தான் அவளது ஆடைகளைக் களைந்து குளிப்பாட்ட வேண்டும் என்றும் அடம் பிடித்தான். அதுபோல் ஒவ்வொரு நாளும் அவன் வெளியே சென்று வரும்போது அவனுக் காகக் காத்திருந்து 'எனக்கு என்ன வாங்கி வந்தாய்?' என்று கேட்டாள்.

அவன் இந்த வித நினைவுக் குழந்தையின் செயல்களை மிகவும் இயல்பான காரியங்களாக எடுத்துக் கொண்டான். எனவே பெரும் தொல்லைகளுக்கு ஆளாகவில்லை. அவளோ தன் வயதிற்கேற்ப பல செயல்களைச் செய்தாள். அவன் தூங்கும் போது அவனது மீசையில் ஒரு சிறு தாளைக் கட்டினாள். இன்னொரு நாள் அவனது நடுநெற்றியில் ஒரு வெள்ளைக் கோடு தென்பட்டது. மற்றொரு நாள் ஒரு பக்க மீசை காணாமல் போயிருந்தது. வேறொரு நாள் நடந்த சம்பவம் அவனை மிகவும் சங்கடப்படுத்தியது. அவள் தன்னைப் போல் நன்கு தூங்குகிறாள் என்று உறுதி செய்துகொண்டு அவன் வழக்கமாய் தான் இரவு தூங்குவதுபோல் ஆடைகளை நீக்கிவிட்டு ஒரு பெரிய போர்வையைத் தலையிலிருந்து கால் நுனிவரை போர்த்தியபடி தூங்கினான். மறுநாள் காலையில் எழுந்து பார்க்கும் போது, தான் ஓர் அழகிய பெண்ணாய் மாறியிருந்ததைக் கண்ணாடியில் கண்டான் சொல்லின் பொருள். அது எப்படி சம்பவித்ததென்று அவன் எவ்வளவு யோசனை செய்தும் கண்டுபிடிக்கவே முடியவில்லை.

ஆனால் அவனைப் புரட்டி அவனுடைய போர்வையை நீக்கிப், போர்வைக்குப் பதிலாகப் பெண்கள் அணியும் சேலையை நன்கு சுற்றியிருந்தாள் அந்தப் பெண். மேலும் தான் தூக்கத்திலிருந்து விழிக்காமலேயே எழுந்து நின்று ஒத்துழைப்புக் கொடுத்திருக்காவிடில் இவ்வளவு துல்லியமாக அந்த ஆடை யைத் தனக்குக் கட்டியிருக்க முடியாது என்றும் எண்ணினான். அன்றிலிருந்து மிகுந்த உஷாராகத் தூங்கலானான் சொல்லின் பொருள். அதாவது அவனே பெண்ணின் ஆடையை முதலிலேயே அணிந்து தூங்கலானான். இந்தக் காரியங்களை எல்லாம் செய்தாலும் அவள் பத்து மைலுக்கு அப்பாலேயே தெரிந்தாள்.

இப்படி அவனால் மறக்க முடியாத செயல்களை அவள் செய்து வந்ததால் அவளைப் பற்றியே இரவும் பகலும் சிந்திக்கத் தொடங்கினான். அதன்படி இன்னும் பத்து வயது குறைத்து அவளை ஒரு வயது கூட ஆகாத சிறுமியாய்ப் படைத்தான். அவளது தூரத்தைப் பத்து மைல்கள் குறைத்த பின் தெரிந்த அக்காட்சியைப் பார்த்து உண்மையிலேயே மகிழ்ந்தான் அவன். அவள் ஜட்டி வழியே ஒன்றுக்கிருந்தாள். அவளை இவன் துடைத்துக் குளிப்பாட்டி, நறுமணங்கள் கமழும் புகை யூட்டி, ஒரு விசாலமான காற்றோட்ட முள்ள அறையில் படுக்கவைத்தான். அதுபோலவே அவனுக்குள் இன்னொரு மாற்றமும் நடந்தது. அந்த மாற்றத்தால் அவனது பெயரும் தொழிலும் மாறிப் போயின என்பது முக்கியமாகக் கவனத்தில் இருத்தப்பட வேண்டிய விஷயமாயிற்று.

அதாவது கவிஞன் உரைநடையாசிரியனானான். தன் அண்ணன் இரண்டாய்ப் பிளவுண்டு சித்திரவதை செய்பவனாகவும் செய்யப் படுபவனாகவும் மாறியதை மனலோகத்தில் கண்ட அன்றுதான் இவன் உரை நடையாசிரியனான். அதற்கு எதிர்ப்புத் தெரிவித்த பல்கலைக்கழக மொழித்துறைத் தலைவருக்கு எழுதிய கடிதத்தில் ‘கவிதை கனவைச் சொல்லும்’ என்றும் ‘உரைநடை நிஜத்தைச் சொல்லும்’ என்றும் மிகவும் ஆழமாய் விவாதித்திருந்தான். அதன்பின்பு இவன் எழுதிய உரைநடையின் முக்கியமான விஷயம் சுகாதாரத்தைப் பேணுவதாக இருந்தது. இயற்கை யையும் மொழியின் அழகையும் ஒரு முட்டையிலிருந்து வெளிவந்த கோழிக்குஞ்சு போன்றதென்று கவிதை எழுதிய அவன் இப்போது அடிக்கடி சாக்கடைகள் காலராவுக்குக் காரணம் என்று எழுதினான்.

இப்படி ஆரோக்கியம் பற்றி எழுதும் போதெல்லாம் சொல்லின்

பொருள் என்ற உரைநடையாசிரியரின் தவறாது ஒரு விஷயத்தை நினைவுகூர்ந்தான். அது குழந்தை வடிவத்தில் இவனது புராதன மாளிகையில் வசிக்கும் பெண் வளர்க்கும் பூனையைப் பற்றியது. அப்பெண் அந்தப் பூனையை விஷேச பயிற்சிகள் அளித்து வளர்த்தாள். அந்தப் பூனைக்கு இரண்டு கால்களால் நடக்கக் கொடுக்கப்பட்ட பயிற்சியே முதன்மையான பயிற்சி என்று கூறவேண்டும். அப்படி இரு பின்னங்கால்களால் அந்தப் பூனையானது நடக்கையில் இரு முன்னங்கால்களையும் தூக்கிப் பல மாதப் பயிற்சியின் பின் வணக்கம் தெரிவித்தபோது உண்மையாகவே அந்த உரைநடையாசிரியனின் மனோலோகப் பெண் மகிழ்ந்தாள். அந்த மகிழ்ச்சிக்கு முத்தாய்ப்பு வைப்பதுபோல் அவள் சொன்ன வாசகங்கள் பொருத்தமாய் அமைந்தன என்றான் உரைநடையாசிரியனான சொல்லின் பொருள்.

அப்பெண் சொன்ன வாசகம் வேறேதும் இல்லை.

'நம் சட்டசபை உறுப்பினர்கள் போல் என் பூனை வணக்கம் சொல்கிறது.'

அவள் அந்த வாசகம் சொன்ன பிறகு சட்டசபை யிலிருந்து கெட்ட தாக்குதல்கள் வார்த்தையின் வடிவத்திலோ, செய்தி மற்றும் அரட்டைப் பேச்சின் வடிவத்திலோ அவள் மீது நடத்தப்படாவண்ணம் அவளுக்குப் பாதுகாப்பு ஏற்பாடுகளைச் செய்தான் அவன்.

அவளுக்கு இன்னோர் ஆற்றலும் இருந்தது. அது அசுரவேகத்தில் சிந்திப்பது. அவளும் தனது சிந்தனை வேகத்தால், நிஜத்தில் சட்டசபை தாக்குதல் அவளை வந்து எட்டும் முன்பே அந்தத் தாக்குதலைத் தன் சிந்தனையில் உருவாக்கி அதற்குரிய பதிலையும் அனுப்பி விட்டாள்.

அவ்வாறு அவளை வந்து எட்டாத தாக்குதலும் அதற்காக அவள் அனுப்பிய பதிலும் முறையே கீழ்க் கண்டவாறு அமைந்தன.

தாக்குதல்: 'சட்டசபையில் மக்கள் சார்பில் பணி யாற்றுபவர்கள் பூனைகள் என்றால் எலிகள் யார்?'

பதில்: 'எலிகள் வேறு யார்? அவர்களைத் தேர்ந் தெடுத்த மக்கள்தான்.'

அவள் இதுபோல் பல சாகசங்கள் செய்தாள். இப்படிக் 'காலத்தை வென்றவள்' பற்றிப் பல சாகசங்கள், தெகிமொலா ராணிகள் பற்றிய ஒரு நூலில் 'சாகசங்களின் அநுபந்தம்' என்ற பிற்சேர்க்கையில் காணப்படுகின்றன.

'காலத்தை வென்றவளின்' அடுத்த சாகசம் பற்றிய குறிப்பும் கலைக்களஞ்சியத்தில் காணப்பட்டது.

அது அவள் ஜன்னல் வழி பார்த்த ஒரு விபத்து பற்றியதாக இருந்தது. அந்த விபத்து அவள் இருபதாவது மைலில் இருந்தபோது நடந்ததால் அவளுக்கு அப்போது இருபது வயதாக இருந்தது.

தூரத்தில் அந்த நகர்ப்பகுதி புதியதாய் நிர்மாணமாகிக்கொண்டு இருந்தது. மணல் கொண்டு சென்ற ஒரு வண்டி பள்ளம் வழி உருண்டது. இந்த மாதிரி சந்தர்ப்பங்களில் 'காலத்தை வென்றவள்' எப்படிச் செயல்படுவாள் என்பது முன்கூட்டியே தெரிந்ததுதான். அதாவது வண்டியைவிட வேகமாக அவள் மனம் சென்றது. அவள் மனம் நிஜ விபத்து நடக்கும் முன்பே விபத்தைப் பார்த்துப் பாதிப்புக்குள்ளாகியது. எனவே அவள் மனதில்தான் முதன்முதலில் விபத்து நடந்தது என்றும், அதற்கடுத்து சில நிமிடங்கள் கழித்து வெளியில் நடந்ததென்றும் அந்த நிகழ்ச்சிகள் எழுதப்பட்டன. அன்றிலிருந்து 'காலத்தை வென்றவளின்' மனதின் ஒரு பகுதியில் சதா வண்டிகள் விழும் விபத்துகள் நடந்த வண்ணமிருந்தன. ஆனாலும் அந்த வண்டி விபத்துகள் அவளை அதிகம் மானசீகமாகப் பாதிக்கவில்லை. ஏனென்றால் அந்த விபத்தால் பாதிக்குமளவு அவளது உடல் பலவீனம் உறவில்லை. அப்போது அவளுக்கு இருபது வயதாக இருந்ததால் அந்த இளம் வயது அவளைப் பாதுகாத்தது.

அதன் பின்பு சொல்லின் பொருள் அவளின் தூரத்தைக் கூட்டினான். நாற்பது மைல்கள் தூரம் கூடியபோது அவளது வயது இன்னும் இருபது கூடிவிட, அவள் நாற்பது வயதுடையவளாய்க் காணப்பட்டாள்.

அந்த நாற்பதாவது வயதில் அவள் தோலில் முதுமை படர்ந்தது. மனதில் கவலைகள் தோன்றின. விசேஷ பிறப்பு சில கொடிய நினைவுகளை விட்டுச் சென்றிருந்தது. அவை அவளை இப்போது சேதப்படுத்த ஆரம்பித்தன. அவள் இதுவரை அறியாத அவளது தாய் பற்றிய நினைவுவர, அவளால் அந்தப் பாச உணர்வைத் தவிர்க்க முடியவில்லை. எனவே ஊரிலுள்ள பிள்ளை பெற்ற பெண்களை அழைத்து அவர்களிடம் பேசினாள். ஆடு, மாடுகளையும் நாய், பூனை போன்ற பிராணிகளையும் வரவழைத்து அவற்றைக் 'காலத்தை வென்றவள்' கொஞ்ச ஆரம்பித்தாள். ஆனால் அவள் வசித்த வீட்டில் இப்போது நாய், ஆடு, மாடு, பூனை, மனிதர்கள் என்று ஒரே கூட்டமாக ஆகிவிட்டது. ஒரு நாள் இன்னொரு காரியம் நடந்தது.

பாச உணர்வால் பீடிக்கப்பட்ட நாள்களில் ஒருநாள் அவள் வீட்டுக்கு நாயையும் பூனையையும் கொஞ்சும் எண்ணத்தோடு வர, அங்குப் பார்த்த காட்சி அவளை அதிர்ச்சியடையச் செய்தது. அந்தக் காட்சியைப் பார்த்தபடி அப்படியே நின்றாள். அங்கு ஒரு குரங்கு தன்குட்டியுடன் கொஞ்சிக் கொஞ்சிப் பால் கொடுத்துக்கொண்டிருந்தது. இந்தக் காட்சியைப் பார்த்ததும் தான் கொஞ்சுவது அர்த்தமிழந்த ஒன்று என்றும், அந்த மிருகத்தினளவுகூட அர்த்தப்பூர்வமாகக் கொஞ்சுவதற்குத் தனக்குத் தெரியவில்லை என்றும் உணர்ந்தாள். அதற்கடுத்து அவள் செய்த செயல்தான் சற்று அதீத விமர்சனத்துக் குரியதாயிற்று. தன் படுக்கையறையில் தொங்கிய இரட்டைக்குழல் துப்பாக்கியை அவமானத்துடன் ஓடிச்சென்று எடுத்து வந்தாள். சில விநாடிகளில் வீட்டில் வளர்க்கப்பட்ட நாய், பூனை, ஆடு, மாடு எல்லாம் செத்து விழுந்தன.

ஆனால் இப்படிப்பட்ட நடவடிக்கைகளில் அதன் பிறகு அவள் இறங்கவில்லை. அதன்பின்பு அவளது விளையாட்டு வேறுவிதமாய் அமைந்தது. அடிக்கடி சிறுகுழந்தையாவதும், அடுத்து எந்த நேரமும் 20, அல்லது 40 அல்லது 60 வயது பெண்மணியாவதுமாய் தன் வயதோடு விளையாட ஆரம்பித்தாள். அந்த வளர்ச்சி இருபது இருபதாக அமைந்ததால் அவளது மன உணர்வுகள் பலமாகப் பாதிக்கப்பட்டிருந்தன.

அவள் விசேஷமான மனோபாவம் பெற்றிருந்தது போல இன்னொரு திறமையும் அவளிடம் இருந்தது. ஒருவிதமான விசித்திரப் பஞ்சாங்க அறிவும் பெற்றிருந்தாள். இந்தப் பஞ்சாங்கத்தின்படி, பூமி, சூரியன், சந்திரன் ஆகியவற்றின் இயக்கங்களும் நாள், வார, கணக்குகளும் அவள் மனதில் வித்தியாச மாகப் பதிந்தன. அந்த அறிவைக் கோடுகள் மற்றும் புள்ளிகள் மூலம் வெளியுலகத்திற்குப் பறைசாற்றிக்கொண்டிருந்தாள். அதுபோலவே புள்ளி, கோடு போன்றவற்றை வைத்து ஒரு புது அளவு முறையையும் அவள் கண்டுபிடித்தாள். ஒரு கோடும் ஒரு புள்ளியும் என்பது மிகவும் சிறிய அளவாகவும், பல கோடுகள் புள்ளிகள் என்னும் பல்வேறு சாத்தியப்பாடுகள் இந்தச் சிறிய அலகின் கோடானுகோடி அளவுப் பெருக்கத்தைக் காட்டுவதாகவும் சொன்னாள். இதன் விரிவாக அவள் உலகத்தின் எல்லாவித அறிவையும் சங்கேதங்கள் மூலம் மனதில் பதித்து வைத்திருந்தாள் என்னும் எண்ணம் மிகக் குறுகிய காலத்தில் தெகிமொலாக்கள் மத்தியில் பரவிவிட்டது. அவள் எண்களை மட்டுமல்லாது நுட்பமாகத்

தத்துவக் கருத்தோட்டங்களைக்கூட, இந்தக் கோடுகள் புள்ளிகள் என்ற அளவுமுறைக்கு உட்படுத்திவிட்டதைப் பல்கலைக்கழகத்தின் எல்லாத் துறையினரும் ஒத்துக் கொண்டனர், மொழித்துறைத் தலைவரைத் தவிர. அவரது பிரச்சினை தனியானது. கணித அளவுமுறைப்படி, தெய்வங்களின் எழுதுகோல்களைப் பயன்படுத்தி, எழுதப்பட்ட சிந்தனைகளைக்கூட அளந்துவிட முடியும் என்றால் உலகம் அழிந்துவிடுவது நிச்சயம்; இன்னும் உலகம் அழியாததால் அந்த அளவுமுறை எங்கோ தவறுடையது என்பதாக ஒரு சிந்தனையை, அவர் ஒரு 'தியரி' போல் எழுதிப் பல்கலைக்கழக ஆண்டறிக்கையின் போது சமர்ப்பித்தார்.

மற்றபடி எல்லோரும் ஒத்துக்கொண்டதாலும், மொழித்துறைத் தலைவரை யாரும் வாஸ்தவத்தில் பொருட்படுத்துவதில்லை என்பதாலும், அவரது 'தியரி' எடுபடாமல் 'காலத்தை வென்றவளின்' அளவுமுறை எல்லோராலும் ஏற்கப்பட்டது. 'காலத்தை வென்றவளின்' அந்த அளவுமுறை எல்லோராலும் ஏற்கப்பட்ட செய்தி வந்தபோது அவள் ஒரு புதுமொழி ஒன்றைக் கண்டுபிடித்திருந்தாள். அதற்குக் கோடுகள் புள்ளிகள் போன்ற ஓர் ஒலி அமைப்பை அவள் சற்று மேதைமையுடன் பயன்படுத்தினாள். மொழித்துறைத் தலைவரை ஒருமுறை சந்தித்ததன் பலனாக இப்படி ஒரு நேரப்போக்கை அவள் கற்பாள் என்று யார்தான் யூகித்திருக்க முடியும்? வாயின் மேலிதழையும் கீழிதழையும் வாய்நீர் வடியாதபடி வைத்து 'பப்' என்று ஒட்டுவதும் 'ப்ப' விடுவிப்பதுமாக ஒரு மொழி விளை யாட்டை செய்து புதுமொழியை உருவாக்கினாள். ஆக 'பப்' மற்றும் 'ப்ப' என்ற இருவித ஒலிகளின் பல்வேறு சாத்தியக் கூறுகளைக் கண்டுபிடித்து நீளநீள தாள்களாலான பேரேடு ஒன்றில் பதிவுசெய்து இப்படி ஆயிரமாயிரம் வார்த்தைகளையும் வாக்கியங்களையும் உருவாக்கினாள் 'காலத்தை வென்றவள்.' அவள் அப்படிக் கண்டு பிடித்த சில வார்த்தைகளும் அர்த்தங்களும் கீழ்க்கண்டவாறு அமைந்தன.

பப்பப - வாருங்கள்
பப் - வாரும்
பப்பப்பப்ப - இங்கு வாருங்கள்
பப்பப்பப்பப் - நாளை காலை உணவு உண்டபின் வாருங்கள்.

O

13

இப்பொழுது பச்சைராஜனுக்கு 105 வயதாகியிருந்தது. தன் புதிய மனைவியான சங்கல்பராணியுடன் அவன் தொடர்ந்து நடத்திய வாழ்க்கை, புதிய ஒரு சரித்திர மாய்க் கலைக்களஞ்சியத்தில் எழுதப்பட்டிருந்தது. அது கீழ்வருமாறு:

'பச்சைராஜன் அன்று கீழ்க் கடற்கரையிலிருந்து கொண்டு வந்த சமையலை உண்டதிலிருந்து தனது இளம் காதலி தன் அருகிலேயே இருக்க வேண்டும் என்று விரும்பினான்.

பின்பு அவள் வந்தபின் என்ன நினைத்தானோ அவளிடம் அனாஆவன்னா- எழுது பார்ப்போம்' என்றான்.

ராஜனின் வாழ்க்கையில் எதிர்பாராத காரியங்கள் சம்பவிப்பது இயல்பாக நடக்கும் என்பதை அவள் இத்தனை நாளில் தெரிந்து வைத்திருந்ததனால் முடிந்த மட்டும் நல்லமுறையில் கையெழுத்தை எழுதினாள். அவளை அதன்பின்பு அவன் ஏதும் எழுதும்படி சொல்ல வில்லை. அவள் எழுதியிருந்த எழுத்துகளைக் படித்த பச்சைராஜன் அவளை இரவில் தனியாக எங்கும் விடக்கூடாது என்று தன் பணியாளர்களிடம் கூறினான். ஏனென்றால் அவள் எழுதியிருந்த எழுத்து ராஜனுக்கோ, அவனது நாட்டிலுள்ள பன்மொழிப் புலவர்களுக்கோ புரிந்த மொழியே இல்லை என்பதில் அவனுக்கு அசைக்கமுடியாத நம்பிக்கை இருந்தது.

எதிர்பாராத காரியங்களை நிகழ்த்துவதில் சூரன் என்று பெயர் படைத்த 105 வயதான ராஜன் இப்படிச் செய்ததை அவள் எதிர்பார்க்கவே செய்தாள். அவளது கறுப்பு மையாலான அந்த ரகசிய எழுத்துமுறை நிச்சயமாய்ப் பேய்களோடு அவள் நடத்திவரும் மர்மமான கடிதத் தொடர்புதான் என்று கருதுவதாயும் ராஜன் சொன்னான். அப்போது இத்தனை நாள்கள் அவனைத் தன்பால் கவர்ந்து வைத்திருந்த அந்தச் சங்கல்பராணி அவனை அழைத்து

அவனது காதில் ஒரு செய்தியைச் சொன்னாள்.

அந்தச் செய்தி என்ன என்று பிறகுதான் தெரிந்தது. என்றாலும் அரசன் அன்றிலிருந்து வெகுவாக மாறிப் போனான் என்பதை எல்லோரும் ஒத்துக்கொண்டனர். அவள் சொன்ன ரகசியச் செய்தி இதுதான்.

'ராஜனின் நூற்று ஐந்து வயதும் அவளது வயிற்றில் புகுந்ததால் அவள் ஒரு குழந்தைக்குத் தாயாகப் போகிறாள்.'

அந்தச் செய்தியைக் கேட்டதும் அரசன் தெகிமொலாக்களின் வழக்கப்படி உடனே ஓர் உண்மையான காதலனாக மாறினான்.

அவ்வழக்கப்படி தனது சேவகர்கள் பின்தொடர, துப்பாக்கிகளைத் தாங்கிய படைவீரர்கள் இருவர் இருவராக 'பராக்' சொல்ல ராஜன் தெருக்களில் படைநடை நடந்தான்.'

இச்செய்திகள் வேறு நூல்களிலும் குறிக்கப்பட்டிருந்தன. இந்தச் செய்தி குறிக்கப்பட்ட காலத்திற்கும் அதே சம்பவங்கள் நடப்பதற்கும் ஒரு மாத இடைவெளி இருந்தது. குறிக்கப்பட்டு ஒரு மாதம் கழிந்த பிறகுதான் அச்சம்பவங்கள் நடந்தன என்பதுதான் இதில் விசேஷம்.

ஆக, எழுதப்பட்டவைகளை நடத்திக் காட்டும் நடிக னாகவும் நடிகையாகவும் சிலவேளை தெகிமொலாவின் ராஜனும், அவனை அவனது 105ஆம் வயதிலும்கூட காதலிக்க எங்கிருந்தோ வந்த இளம்பெண்ணும் நடந்து கொண்டனர். இது இவர்களுக்கு மட்டும் விதிக்கப்பட்ட வரன்முறையல்ல. மாளிகையில் வாழும் 95 வயதான ராணியையும் இந்த விதிதான் கட்டுப்படுத்தியது.

ஆனால் கர்ப்பம் தரித்தவளைக் காதலிப்பது பற்றித் தெகிமொலாக்களின் ஆதி இலக்கணமானது 'கருத் தரிப்பு முறையும் நட்சத்திரங்களின் போக்கும்' என்ற அதிகாரத்தில் பதினொரு செய்யுள்களில் கூறிஇருந்த விஷயம் நிஜவாழ்க்கையில் ராஜனாலும் அவனது காதலியான சங்கல்பராணியாலும் நடைமுறையில் கடைப்பிடிக்கப்பட்டதை மக்கள் பார்வைகள் மூலம் தத்தமக்குள் அர்த்தபுஷ்டியோடு பரிமாறிக் கொண்டார்கள்.

இவ்வாறான காதல் வாழ்வை நடத்த 105 வயது ராஜன் பல முறைகளைக் கடைப்பிடித்தான். அவற்றில் ஒன்று கருவுற்றவளைக் கெட்ட நினைவுகளிலிருந்து காத்தது.

அன்று தெகிமொலாக்கள் கொண்டாடும் திருவிழா நாள். அந்த விழாவில் சூரியனை வணங்கி, அதன் பின்பு உணவில் இனிப்பைக்

கலந்து உண்ணுவார்கள். அது அவர்களின் அறுவடைத் திருநாளாகும். சூரியனுக்கும் அறுவடைக்கும் பாதி பாதியாகப் பகிர்ந்தளிக்கப்பட்ட நாள் அது.

அப்போதுதான் ராஜன் தன்னுடைய புதிய இரண்டு சிந்தனைகளை வெளியிட்டான். அவற்றில் ஒன்று அத்வைத மல்யுத்தம். இது ஒருவிதத்தில் நம்பமுடியாத விளையாட்டாகும். உண்மையில் எதிரி இல்லாவிட்டாலும் எதிரி இருப்பதாய் நினைத்து மல்யுத்தம் புரியவேண்டும். இது மல்யுத்த வீரனுக்கு உடல்வலுவும் மனவலுவும் கொடுக்கும். இப்படிப்பட்ட ஒற்றை ஆள் நடத்தும் மல்யுத்தம், பச்சைராஜனின் சிந்தனையாக அப்போது வெளியானதிலிருந்து, தத்துவத்திற்கும் அவர்களின் ராஜவம்சத்திற்குமுள்ள பாரம்பரியத் தொடர்பு விளங்கியது. இவ்வாறு மாயையை மனிதன் நம்பி வாழ்நாளை எல்லாம் வீண் நாள்களாய் போக்கிக் கொண்டிருப்பதை ஓர் எளிய விளையாட்டின் மூலம் விளக்கமுடியும் என்ற ராஜனைப் பற்றி அத்வைத சித்தாந்திகள் தனிக்கவனம் செலுத்தினார்கள்.

அவ்வாறான அத்வைதத் தத்துவத்தை மனத்திற்குள் மிகுந்த கறாராகப் பயிற்சி செய்பவனைப் போல் தலையைத் தரையை நோக்கிப் போட்டுக்கொண்டு ஒற்றை ஆளாய் நடந்து வந்து கொண்டிருந்த ராஜன் மல்யுத்தம் செய்பவன் போல் அபிநயித்தபடி நடந்தான்.

அவனது இளம் காதலி அதைப் பார்த்து 'ஏன்?' என்றாள். 'நான் யாரோடு மல்யுத்தம் செய்கிறேன் என்பது உனக்குத் தெரிய வில்லையா?' என்று தன் ஒற்றைக் கண்ணால் அவளை உன்னிப்பாய்ப் பார்த்தான் பச்சைராஜன். அவள், அவன் பார்வையைப் பார்த்துப் பயந்தபடி 'தெரியவில்லையே!' என்றாள். அவனுக்குக் கெட்ட கோபம் வந்தது.

உடனே 'உன் குழந்தை எங்கே? காட்டு' என்றான். அவள் 'தெரியவில்லையா? இதோ!' என்று உப்பிய வயிற்றைக் காட்டினாள். உடனே அவன் 'உனக்கு எதிரியைத் தெரியவில்லையா? இதோ' என்று இதயத்தைக் காட்ட அவள் அவனை மெச்சினாள். அவன் 'கண்ணுக்குத் தெரியாவிட்டால் அதை இல்லை என்பவர்கள் சார்வாகர்கள் என்று அவமதிக்கப்படுவார்கள். கண்ணுக்குத் தெரியாவிட்டாலும் நீ நம்ப வேண்டும்' என்று புத்திமதி கூறினான்.

அவள் 'ஆம்' என்றவுடன் அவளிடம் கெட்ட பல நினைவுகளின் பெயரை ஒவ்வொன்றாய்க் கூறி அவற்றை விரட்டக் கூறினான்.

அவளும் அவற்றின் பெயரைக் கூறி, ஒவ்வொரு திசையாகத் திரும்பி அவற்றை விரட்டிக் கொண்டிருந்தாள். சற்றுநேரம் அப்படிச் செய்தபோது அவளது கையிடுக்குகள் இரண்டிலும் வியர்வை கொட்டியது. 'இல்லாததை நம்பும் பெண்ணே! உன் அறிவால், கெட்ட நினைவுகளிடமிருந்து பிறக்கப் போகும் உன் குழந்தைகளைக் காவல் செய்' என்றான்.

இச்செய்திகள் நூல்கள் பலவற்றிலும் காணப்படுகின்றன. இது வடமொழி மரபில் வந்தது என்றாலும் தென்மொழிகளுக்கும் பொருந்தக்கூடியதுதான் என்பதே பெருவாரி நம்பிக்கையாக இருந்தது.

இப்படிச் சங்கல்பராணியின் பேறுகால நிகழ்ச்சிகள் மிகுந்த ஆச்சரியக் குறிகளோடு எழுதப்பட்டிருக்கின்றன.

பின் சங்கல்பராணி இன்னொரு காரியம் செய்து தெகிமொலா கலைக்களஞ்சியத்தில் தனக்கான இடத்தை உறுதி செய்தாள். அந்தச் சம்பவம் பற்றிக் கலைக்களஞ்சியம் இப்படி எழுதுகிறது.

'சங்கல்பராணியின் வயிறு உப்புவது சீராக இருந்தது. அவளுக்கும் மற்ற பெண்களைப் போல் மசக்கை நோயானது பிடிக்க ஆரம்பித்தது. இப்படிப்பட்ட மசக்கை நேரத்தில் பெண்கள் கரியைக் கொண்டுவரக் கட்டளையிடுவார்கள். இன்னும் சிலர் கரி மட்டும் கொடுத்தால் போதாது என்று மண்ணையும் சேர்த்து அள்ளிஅள்ளித் தின்பார்கள். சங்கல்பராணி வேறுபட்டவள் என்பதால் மற்ற பெண்களைப் போல் கரிக்கோ, மண்ணுக்கோ ஆசைப்படவில்லை. அதற்குப் பதில் அவள் ஆசைப்பட்டது தெகிமொலாக்களின் சரித்திரம் எழுதப் பட்ட பழைய புத்தகங்களைத்தான்!' அந்தக் கதையின் சுருக்கம் இவ்வாறு முடிவுற்றது.

'ஒரு நாள் சேவகர்கள் பழைய தாள்களைக் கொண்டு வந்தனர். சேவகர்களில் ஒருவன் பணிவாக ராணியிடம் வந்து, தாங்கள் கேட்ட வஸ்து இதுதானே! என்று கேட்டபோது வயிற்றைத் தடவியபடி அவள், தாள் கொண்டுவந்துவிட்டீர்கள். சரித்திரம் எங்கே என்று கேட்டாள். அதன்பிறகுதான் எல்லோருக்கும் பழைய சரித்திரப் புத்தகங்களை அவள் தின்னக் கேட்கிறாள் என்று புரிந்தது.'

இப்படி நூல்களில் எழுதப்பட்டதுபோல் சங்கல் பராணி வருங்காலம் பேசும்படியான ஒரு கர்ப்பத்தைத் தாங்கி, பல்வேறு அவதூறுகளுக்குக் காரணமான சரித்திரத்தையும், சரித்திரத்துடன் இரண்டறக் கலந்திருந்த பழமையையும் தின்றுகொண்டிருந்தாள்.

அக்காலத்தில் நாவிதன் மீண்டும் ஒருநாள் பச்சைராஜனிடம் பேச வந்தான்.

அவர்கள் இருவரும் பேசியதன் முக்கியவிஷயம், கடந்து போனவற்றைப் பற்றி அமையாது இனி நடக்கப் போகும் காரியங்களைப் பற்றியதாக அமைந்தது. அப்படி எதிர்காலம் பற்றிச் சொல்லத் தன் கைகளில் இருக்கும் பலவித அடையாளங்கள் பொறித்த கார்டுகளை நாவிதன் பயன்படுத்தினான். இந்தக் 'கார்டு'கள் மூலம் ராஜனுக்குப் நாவிதனிடம் உயரிய மதிப்பு ஏற்பட்டாலும் இது தெகிமொலாக்களின் நகர்களில் உள்ள தெருக்களில் வரிசை வரிசையாக இருக்கும் எந்த ஒரு எதிர்காலம் கணிப்பவனுக்கும் தெரியாமல் நடந்த காரியமாகும். பார்பர் தான் இப்படிக் 'கார்டு' வைத்து ஜோஸ்யம் சொல்வதைத் தனக்கு மிக நெருங்கிய அரசாங்க அதிகாரிகளுக்குக்கூடத் தெரியாதவாறு ரகசியமாகப் பாதுகாத்தான்.

இப்போது கார்டுகள் சுழன்றன.அந்தக் கார்டுகளையே பச்சை ராஜன் கண்கொட்டாமல் பார்த்துக்கொண்டிருந்தான். பார்பர் தன் இரு கைகளுக்கும் மாற்றி மாற்றிப் பிரித்துக்கொண்டிருந்தான். அவ்வாறு பிரிக்கும்போது அவனது மனதில் நகரில் மக்களால் பேசப் பட்டுக் கொண்டிருக்கும் அரட்டைப் பேச்சுகளும் அவதூறுகளும் வந்து நின்றன. அதனால் அவனுக்கு ராஜனுடைய எதிர்காலத்தை நிர்ணயிப்பது மிக எளிதாக இருந்தது.

இப்போது அவன் கார்டுகளைக் குலைத்துவிட்டுப் பின்பு மூன்றாகப் பிரித்து ராஜனைப் பார்த்தான். ராஜனும் அவனைப் பார்த்தான். உடனே அவன் ஒவ்வொன்றாக அந்தக் கார்டுகளை மேசைமீது வைத்தான். அப்படி வைக்கும்போது கார்டிலிருந்த படங்களில் எழுதப்பட்ட சின்னங்கள் கீழே இருக்கும்படி கவனமாகக் கவிழ்த்து வைத்தான். இப்படி வைக்கையில் சிலவேளை வட்டமாகக் கார்டுகளை வைத்தான். பிறகு எண்கள் பற்றிக் கவ்னமானான் நாவிதன். அதாவது ஒன்பது கார்டுகள் இருக்கிறதா என்று பரிசோதித்துவிட்டு அப்படி வைத்தான். ஏனென்றால் ஒன்பதின் சக்தி மற்ற எண்களுக்கு இருப்பதில்லை. பின்பு ஒன்பது ஒன்பதாக கார்டுகளை மூன்று வட்டங்களாக வைத்தான். இப்படி வைத்த போது ஒரு வாக்கியத்தை உருவாக்க வார்த்தைகளை அடுக்குவது போல் கார்டுகளை அடுக்கினான். பிறகு கார்டுகள் மூலம் தனக்கு எதிர்கால வாக்கியம் கிடைக்கிறதா என்று பார்த்தான். விதியைப்

பிரதிநிதித்துவப்படுத்தும் அந்த வாக்கியத்தின் முகத்தைப் பார்ப்பதற்கு ஒரு கர்ப்பவதி தன் பிள்ளையின் முகத்தைப் பார்க்க ஆவலாயிருப்பதைப் போல், ஆவலானான் ராஜன். பின்பு பார்பர் அந்த வரிசையின் ஒன்பதாவது கார்டுகளாகப் பார்த்து எடுத்து இன்னொரு வரிசையை உருவாக்கினான். இந்தப் புதுவரிசை ஒரு தனி உறுப்பாக இல்லாமல் ஏற்கனவே வந்த வாக்கியத்திற்குச் சேர்க்கப்பட்ட புதிய சொல் போல் காணப்பட்டது. இதயத்தின் அடையாளம் வரைந்த ஒன்பதாவது கார்டை எடுத்து, இது ஆசை நிறைவேறக்கூடிய சமிக்ஞையைக் காட்டும் கார்டு என்று பார்பர் கூறியபோது ராஜனின் முகத்தில் மிகுந்த பரபரப்பு காணப்பட்டது. ராஜன் அப்போது அணிந்திருந்த விளையாட்டு வீரனைப் போன்ற ஷர்ட்டும், வெள்ளைக்காரர்கள் போல் அணிந்த அரைக்கால் சட்டையும்கூட அவனது வயதைக் குறைத்துக் காட்டவில்லை. மிகுந்த கரிசனத்துடன் பார்பரையே உன்னிப்பாய்க் கவனித்தான் ராஜன். பார்பர் இப்படிச் சொன்னான்:

'நாட்டில் மழை இருக்கிறது. என்றாலும் குடிகள் கற்பனைக் கடவுள் பற்றிய மசோதாவையும், ராஜனின் பிறக்கப்போகும் எதிர்கால ராஜகுமாரனைப் பற்றியும்தான் அதிகக் கவலையுடன் பேசிக் கொண்டிருக்கிறார்கள்.'

இப்போது ராஜன் தன் தலையில் அணிந்திருந்த தொப்பியைக் கழற்றி விட்டுத் தலையை ஒருமுறை தடவிக்கொண்டு மீண்டும் தொப்பியை வைத்தான். அதைத் தொடர்ந்து சொல் என்பதாக அர்த்தப்படுத்திக்கொண்டு தொடர்ந்து பேசலானான் பார்பர். இதுபோல் ராஜனுக்கும் பார்பருக்கும் உள்ள புரிதல்முறை சாமான்யமாக மனிதர்களுக்குள் பின்பற்றப்படும் நடைமுறைப் பழக்கவழக்கங்களை மீறியதாகவே எப்போதும் அமைந்திருந்தன.

அடுத்ததாக வேறொரு வகையான கார்டு மாற்றத்தால் புதியதோர் ஒழுங்கைக் 'கார்டுகளின்' சாம்ராஜ்யத்தில் நிலைநாட்டியது போல் கைகளை அசைத்தான் பார்பர். அந்தக் கார்டுகளின் வாக்கியமானது ஓரளவு அரசன் எதிர்பார்த்த செய்தியைத்தான் சொன்னது. இப்படிப்பட்ட செய்திகளைக்கூட முன்கூட்டி அறியத் தெரியாதவன் பச்சைராஜனாக ஒற்றைக்கண்ணுடன் இத்தனை நாள் வாழவேண்டுமா என்று கேட்டதுபோல் இருந்தது அரசனின் முகம்.

பார்பர் சொன்னான்:

'சங்கல்பராணி குழந்தையைச் சுகமாகவே பெற்றெடுப்பாள். அதிலேதும் குழப்பம் இருக்காது. ஏனெனில் பச்சைராஜன் இத்தனை நாளும் சேகரித்து வைத்திருந்த விந்து எந்தவகை தவறும் புரியமுடியாது. ஆனால் குழந்தை பிறப்புறுப்பிலிருந்து பிறக்காது. இடதுபுற விலாவிலிருந்து பிறக்கும்.'

இப்படிப் பார்பர் சொன்னதன் மூலம் அவன் கார்டுகளை வாக்கியமாக வளைக்கத் தெரிந்தவன் என்று எவரும் சொல்லும்படி யாயிற்று. ஆனால் அரசன் பார்பரைப் பார்த்துப் புன்னகை புரிந்தான். உடனே பார்பர் வேறு ஒன்பது கார்டுகளை ஜோடித்தான். கடைசி கார்டின் எண்ணைப் பார்த்தான். அது பத்து.

உடனே சொன்னான்:

'தற்கொலைதான்.'

'யார்?' என்றான் ராஜன்.

'வேறு யார்? அந்த சர்க்கஸ் கோமாளி'

இப்போதும் ராஜன் அதிர்ச்சி அடையவில்லை. மாறாக, 'அதுவும் எதிர்பார்த்தேன்' என்றான்.

'ஏன்?' என்றான் பார்பர்.

உடனே சற்றும் தயங்காது பதில் சொன்னான் பச்சை ராஜன்.

'அவன் சர்க்கஸ் கோமாளி என்று பெயர் வைத்திருந்தாலும் அவனது முகத்தில் சிரிப்பே இல்லை. அதைப் பார்த்தாயா? அப்புறம் இன்னொன்று. அவன் முகம் ஒரு போர்வீரனின் முகம் போலல்லவா காணப்பட்டது. கோமாளிகளின் முகம் போர்வீரனின் முகத்துக்கு நேர் எதிர்மாறானதாக விளங்கவேண்டும் என்பதுதானே 'க்ஷத்திரிய குல குண விசேஷம்' என்ற புத்தகத்தில் எழுதப்பட்டுள்ள ஆரம்ப அத்தியாயம்.'

இந்தப் புத்தகம் பற்றி கருத்துச் சொல்லமுடியாத வனாக இருந்தாலும் பார்பர் இன்னொன்றைக் கவனித்தான், பச்சைராஜன் ஒரே நேரத்தில் இருவரிடம் பேசுகிறான் என்று.

முதலில் பார்பருக்கு அந்த அநுமானத்துக்கு வர சற்று சிரமமாகத் தான் இருந்தது. ஏனென்றால் பேசும் போது பார்பரை நோக்கி ஒரு கண்ணும், தூரத்தில் வேறு எதையோ பார்த்ததுபோல் பார்வையற்ற இன்னொரு கண்ணும் நிலைகுத்தி நின்றன.

அதாவது அரசன் ஒரு கண்ணை இடதுபுறமிருக்கும் பார்பரிடமும்

இன்னொரு பார்வையற்ற கண்ணைப் பார்பருக்கு சுமார் நூறு அடி தூரத்தில் வலதுபுறம் தள்ளி அமர்ந்திருக்கும் இன்னொருவனிடத்திலும் நிலைகுத்த வைத்துப் பேசினான். அந்த நபர் வேறு யாருமல்ல என்பதும் பார்பருக்குத் தெரிந்துவிட்டது. பார்பரிடம் சர்க்கஸ் கோமாளி பற்றிப் பேசும் அதே நேரத்தில் அந்த நபரிடம் இன்னொரு விஷயம் பற்றிப் பேசினான். பார்பரிடம் மொழி மூலமும் இன்னொரு நபரான பல்கலைக்கழகத் துறைத்தலைவரிடம், குரலின் அடிப்படைக் குறியீடுகளான ஏற்ற இறக்க அழுத்த முறைமூலமும் ராஜன் பேசினான்.

பார்பர் இப்போது கார்டுகளை அடுக்கிக்கொண்டே சொன்னான்:

'சர்க்கஸ் கோமாளி வீரனைப்போல் தென்படுகிறான் என்கிறீர்களே, அப்படித் தென்படுவதற்குள் ஏதோ ஒரு மர்மம் இருக்கிறது.'

'அப்படியா?' என்று வாய்பிளந்ததுபோல் கேட்டான் பச்சைராஜன். பின் பார்பரின் கார்டுகளையே கண்கொட்டாமல் பார்த்தான்.

ஏதோ ஒன்றை நினைத்துக்கொண்டு அந்தக் 'கார்டுகள்' எதிர் காலத்தில் நடப்பதை எவ்வளவு கச்சிதமாக பார்பருக்கு கூறுகின்றன என்ற வியப்பில் இருந்தான் பச்சைராஜன்.

தெகிமொலா நாட்டின் மிக உன்னதமான அந்தஸ்தில் இருந்த ராஜனையும் மிகச் சாதாரணமான தொழிலில் இருந்த பார்பரையும் அத்தியந்த நண்பர்களாக்கியுள்ள இந்தக் கார்டு கூறும் ரகசியத்தை அறிவதில் பார்பர் மிக சாதுரியமானவனாக இருந்தான்.

பின்பு அவனிடம் ராஜன் இப்படிக் கேட்டான்.

'எதிர்காலத்தைப் படங்களாலும் எழுத்துமுறைகளாலும் கைவசப்படுத்தியிருக்கும் அனைத்துலக அறிஞனே கூறுவாயாக. அடுத்துவரும் காலங்களில் நாட்டை ஆளும் அரசவம்சத்தில் துக்கங்கள் நேருமா?'

அப்போது 'கார்டுகளை' மீண்டும் கலைத்து பிரபஞ்சத்தில் இயங்குமுறைகளைக் கணித்துப் பார்த்த பார்பர் கண்கள் மூடியபடியே இப்படிச் சொன்னான்.

'தேவர்களின் ஆணையால் ராஜனாகி இந்தத் தெகிமொலாக்களின் பழைய குடியைச் சேதமுறாமல் காக்கும் ராஜனே! உங்கள் கவலையை நன்கறிவேன். ஆனால் இந்தக் கேள்விக்கு என் நா பதில் சொல்ல மறுக்கின்றது. எனவே இந்தக் கேள்வியைத் தாங்கள் மீண்டும் ஒரு முறை என்னிடம் கேட்காமல் என்னைப் பாதுகாக்க வேண்டும்.'

ராஜன், இந்தப் பதிலைக் கேட்டுத் துணுக்குற்றான். என்றாலும் அவனது 105 வயது கால உலக அநுபவமும் போர் அநுபவமும் சேர்ந்து அவன் இதயத்தை மரத்து விடும்படிச் செய்துள்ளதால் அந்தப் பதில் அவனைப் பெரிதும் பாதிக்கவில்லை.

அதன்பின்பு பார்பர் அரசனிடம் விடைபெற்றுப் போய்விட்டான்.

பார்பரிடம் பேசிய அதே நேரத்தில் ராஜன் துறைத் தலைவரிடம் பேசிய பேச்சுகளின் சாராம்சம், மழைக் காலத்தில் அந்த நாட்டின் குடிமகன் ஒருவன் கண்டு பிடித்த ஒரு புதிய மொழியைப் பற்றியதாக இருந்தது.

o

14

இந்த இடத்தில் சில ஆண்டுகளுக்கு முன்பு நடந்த ஒரு நிகழ்ச்சியைச் சொல்வது பொருத்தமாக இருக்கும். 'கண்ணில் படாது வாழும் கருணாகரத் தொண்டைமான் எங்கிருந்தாலும் அவனைக் கைது செய்து வாருங்கள்' என்ற தன் ஆணையை யாரும் சட்டை செய்யாது போவதையும் மறந்து மீண்டும் ஆணை பிறப்பித்த ராணிக்கு அப்போது வயது எண்பத்தைந்து. ராஜனுக்குப் புதிய மனைவி தோன்றியிருக்காத நேரம் (இங்குதான் கருணாகரத் தொண்டைமான் பாத்திரம் மீண்டும் ஒரு முறை வந்து மறைகிறது). அப்போது நடந்த நிகழ்ச்சிகளைத் தண்டலை மண்டல மெய்கீர்த்தி* என்ற நூல் கீழ்வருமாறு எடுத்துரைக்கிறது.

'மிகுந்த குளிர் பரவிய அன்று, மூன்று சூரியன்கள் பகலில் தோன்றியதைப் பார்த்து அரசனிலிருந்து ஆண்டி வரை அச்சம் கொண்டு சந்து பொந்துகளில் போய் பதுங்கிக் கொண்டார்கள். மஞ்சள் ஒளி அமானுஷ்ய மாய் பரவியது. என்ன நடக்குமோ ஏது நடக்குமோ என்று நிமிடத்திற்கு நிமிடம் பீதி கூடியது. ஜந்துகளும் பொந்து களுக்குள் தம்மையறியாது போய் ஒன்றின் மீது ஒன்று ஒட்டியபடி பாதுகாப்பு தேடின. நல்ல காலமாக மூன்று சூரியன்களின் மஞ்சள் ஒளி விரைவில் மறைந்துவிட்டது. மஞ்சள் ஒளி மதிய நேரத்தில் அதிக பிரகாசமாகிப் பிறகு திடீரென குறைந்தது. பூமி எங்கோ தூக்கி வீசப்பட்டதுபோல் ஒளி மறைந்து அப்போது இருள் தோன்றியது.

அந்த அமானுஷ்ய உற்பாதம் நடந்த அன்று, ராணி பாக்கியத்தாய்க்கு ஒற்றைப்பழம் காய்த்துள்ள மாமரத்தின் பழத்தைத் தின்னும் விசித்திர ஆசை வந்தது. அன்றுதான் அவளுடைய கால்மூட்டிற்கு மேல் ஒரு மிகப் பெரிய பரு ஒன்றும் தோன்றிய நாள். அடுத்த பதினைந்து நாள்கள் நாடு அல்லோலகல்லோலப்பட்டது. தெருக்களில்

* இந்த நூல் மீன்வடிவம் கொண்ட எழுத்துகளால் மட்டுமே எழுதப்பட்டது என்பது குறிப்பிடத்தக்கது. மீன்வடிவ எழுத்து எப்படிப்பட்டதென எந்த விளக்கமும் இதுவரை கிடைக்கவில்லை.

நெரிசலாய் அமர்ந்து வியாபாரம் செய்தவர்களும், அவர்களிடம் ஒவ்வொரு பொருளாய் எடுத்துப் பேரம் பேசியவர்களும் ஒரே குரலில் பேசியதும் துக்கப்பட்டதும் இந்த ராணியின் மூட்டுக்கு மேல் தோன்றிய பரு பற்றியதாகவே இருந்தது. ராணி வலியால் மிகவும் துடித்தாள். ராணியின் பணிப் பெண்கள் ராணிக்கு வேண்டிய சிசுருஷை செய்யத் தயாராகவே இருந்தனர். என்றாலும் ராணி எந்த மருத்துவரையும் உடலைச் சோதிப்பதற்கு அனுமதிக்கத் தயாராக இல்லை. இதற்கு முக்கிய காரணம் ராணி தன் உடலைத் தன் கணவன்கூடப் பார்க்கக்கூடாது என்று கருதி வாழ்ந்தவள் என்பதுதான். எனவே தன் கணவனால்கூட பார்க்கப்படாத தன் உடலை வேற்று ஆடவர்கள் பார்க்க அவள் ஒரு நாளும் அனுமதிக்கமாட்டாள் என்ற ரகசியம் அரண்மனையில் பரவியது. அப்படிப்பட்ட ஓரிரவில் நடுச்சாமம் ஆகும் நேரம், யாரோ ஒரு ராட்சசன்தான் நகரைத் தாக்க வந்திருக்க வேண்டும் என்று எல்லோரும் கருதும்படியான ஒரு பிளிறல் வேதனை பொறுக்காத உடலிலிருந்து அவளை யும் அறியாது வெளியேறியது. மக்கள் இன்னும் அதிகமாகப் பயந்தனர். இந்தப் பயபீதி மிகவும் அதிக மான போது நகரின் சட்டமன்றம் இந்தப் பிரச்சனையை எழுப்பிய செய்தி வெளியானது. வேதனையுற்ற அவளது மனம் அரண் மனையின் பழம்பொருட்காட்சி சாலைக்கு அவளது உடலைச் சுமந்து சென்றது. மனம் ஒரு கழுதையாகவும் ராணியின் உடல் அக்கழுதையின் மீது போடப்பட்ட பழந்துணி மூட்டையாகவும் நூல் களில் அக்காரியம் உவமிக்கப்பட்டிருந்தது. ராணி பழம் பொருட்காட்சி சாலையில் சென்றதும் அங்கு வைக்கப்பட்டிருந்த பழைய சீனநாட்டு ஜாடியிலிருந்து சீனநாட்டு அரசர்களின் புராதன ஓவியங்கள் எழுந்து நின்று ராணிக்குச் சீனநாட்டுப் பாணியில் வணக்கம் கூறின. பின்பு அந்த அரசர்களின் குத்தூசி போன்ற மீசைகளை ஒவ்வொன்றாய் இழுத்துவிட்டாள் ராணி. உடனே அந்த மீசைகள் கையோடு கழன்று வந்தன. மீசைகள் கழன்றதும் அந்தப் புராதன சீன நாட்டு அரசர்கள் மீண்டும் பழையபடி ஜாடிகளில் மீசைகள் இல்லாது சென்று ஒட்டிக்கொண்டனர். ஓவியங்கள் உயிர்பெறுவதற்கும் மீசை ரோமத்துக்கும் ஓர் உள்ளோட்டமான தொடர்பு இருப்பதை ராணி அனிச்சையாய் தன் செயல்மூலம் விளக்கியது உயிர் சாஸ்திர ஆராய்ச்சியில் புதுத் திருப்பத்தைப் பிற்காலத்தில் ஏற்படுத்தியது.

அதுபோல் ராணி பழம்பொருட்காட்சி சாலையில் உள்ள பழம் பெரும் ராஜவம்சாவளி ஓவியங்களின் தொகுப்பில் காணப்பட்ட

ஓவியங்களில் எல்லாப் தன் முகத்தைக் கண்டதும் முக்கியமான சம்பவமாகும்.

அப்போது நவீன ஆண்டு கணக்கின்படி 1837ஆம் ஆண்டு நடந்து கொண்டிருந்தது. அது போல் பருவங்கள் தங்களுக்குள் கண்ணாமூச்சி ஆடியதால் மழைக்காலம் வருவதை மக்கள் வானத்தில் பார்த்து அறிந்து கொள்வதற்குப் பதிலாக வேறுவித அடையாளங்கள் மூலம் அறிந்துகொள்ள ஆரம்பித்தனர்.

பின்பு வேதனைக் கழுதை அவளைப் பழம் பொருட்காட்சி சாலையிலிருந்து தூக்கிக்கொண்டு அவளுடைய படுக்கை அறைக்கு அழைத்து வந்தது. இப்போது பிரக்ஞையடைந்த ராணி மீண்டும் வேதனையால் துடிதுடித்தாள். அவ்வப்போது அவளையறியாது நடு இரவுகளில் உறுப்புகள் பிளிறல் சப்தத்தை வெளியேற்றின என்றார்கள் அரண்மனைப் பணிப்பெண்கள்.

சட்டமன்றம் தனிக்குழு ஒன்றை அனுப்பி அரசியின் வேதனையைப் போக்குவதற்குத் தக்க நடவடிக்கை எடுக்கக் கூறிற்று. சட்டமன்ற தூதுக்குழுவினர் அரசனை அன்று தாங்கள் வந்து சந்திப்பதாகச் செய்தி அனுப்பினர். அன்று அரசன் ஓய்வு நாளாக இருந்ததால் உடனடியாக தூதுக்குழுவைச் சந்திக்க ஒத்துக்கொண்டான். அப்போது 'அரசன் ஒரு மொழியிலும் தூதுக்குழு இன்னொரு மொழியிலும் உரையாடல் நடத்தினார்கள்.'

இருசாராருக்கும் நடுவில் கருத்து வேற்றுமை இருந்தாலும் ராணியின் ஆட்சேபணையையும் பொருட்படுத்தாது ராணிக்கு மருத்துவ சிகிச்சை செய்வதென்று இருசாராரும் ஒத்த முடிவை எடுத்தனர். அப்படிக் கருத்து ஒற்றுமை ஏற்பட முக்கிய பங்காற்றிய வனாக விளங்கியவன் வேறு யாருமில்லை, கருணாகரத் தொண்டைமான்தான்.

அதன் பின்புதான் மிகப் பெரிய பிரச்சினைகள் எழுந்தன. ஒருநாள் ராணிக்கு இடதுபுற நாசி வழியாகப் பக்கத்துத் தோட்டத்தின் மணமும் வலதுநாசி வழியாக நகரத்துச் சாக்கடை நாற்றமும் வர ஆரம்பித்த அன்று ரகசியமாகச் சட்டசபையில் குழுவினரும் அரசனும் சேர்ந்து கால்மூட்டுக்கு மேல் வந்திருந்த பருவை அறுவை சிகிச்சை செய்ய மருத்துவர்களை அழைக்க முடிவுசெய்தனர். அரசன் தனது இளமைக்கால யுத்த சாதுரியத்தையும் சட்டசபையினரும் அவர்களுக்குத் துணை புரிந்த கருணாகரத் தொண்டைமானும் தத்தம் சமயோசித அறிவையும் பயன்படுத்தி அந்த ரகசியத் திட்டத்தை உருவாக்கினர்.

அந்தத் திட்டத்தின்படி மருத்துவர்கள் விநோதமான கடமைகளைச் செய்ய வேண்டியிருந்தது. நாட்டுப்பற்றால்தான் இப்படிப்பட்ட காரியங்களை மருத்துவர்கள் செய்ய ஒத்துக்கொண்டனர் என்றே கூற வேண்டும். அவர்கள் திட்டத்தின்படி பாக்கியத்தாய் குளிக்கச் செல்கையில் இடுப்புக்குக் கீழ் மூட்டுக்கு மேல்பகுதி தெரியும்படி குளிக்கும் அறையில் ரகசியமாக ஒரு துவாரம் இடப்பட்டது. மருத்துவர்கள் அந்தத் துவாரத்தின் வழி பருவைப் பார்த்துவிட வேண்டும். அதன்பின் குளித்துவிட்டு அவள் வெளியே வந்ததும் எதேச்சையாக கால்தடுக்கி அவள்மீது விழுவது போல் விழுந்து நிமிடத்திற்குள் மூட்டுக்கு மேல் இருக்கும் ஏற்கனவே நன்கு பார்த்து மனத்தில் பதிந்த அந்தப் பருவை அறுத்துவிடவேண்டும்.

திட்டம் என்னவோ நல்ல திட்டம்தான். ஆனால் கருணாகரத் தொண்டைமான் ஒரு சந்தேகத்தைத் தெரிவித்தபோது திட்டத்தில் ஓட்டையும் உண்டென்று அத்திட்டத்தை உருவாக்கியவர்கள் ஒத்துக் கொண்டனர். கருணாகரத் தொண்டைமான், 'ராணிக்குத் தெரியாமல் அவரை அம்மணமாக்கி மருத்துவர்கள் பார்ப்பதை அவர் கண்டு பிடித்துவிட்டால்...' என்று கேட்டபோது ராஜன் தன் சமயோசித அறிவைப் பயன்படுத்தி இப்படிப் பதில் உரைத்தான்.

'அது இன்னும் நல்லதுதான்'

'எப்படி?' என்று கேட்ட தொண்டைமானுக்கு ராஜன் பதில் தந்தான்.

'ராணியின் கணவன் என்ற முறையில் அவள் என்ன செய்வாள் என்று என்னால் சொல்லமுடியும். ராணி அம்மணமாய் இருப்பதையும் பொருட்படுத்தாது ஓடி வெளியே வருவாள். உடனே நாம் அவள் வரும் பாதையில் ஒரு மெய்க்காப்பாளனை வைத்து தரையில் அவளை விழவைக்க வேண்டும். அவள் விழுந்தவுடன் நான்கு பேர் அமுக்கிப் பிடிக்க உடனேயே மருத்துவர்கள் அறுவை சிகிச்சையை முடிப்பது கடினமல்ல.'

அரசனின் ஆலோசனையின்படி நடந்தால் ஏற்படக்கூடிய உயிர்ச்சேதம் பலருக்குப் பயபீதியை உருவாக்கினாலும் வேறு வழியில்லாததால் அதுதான் சிறந்த ஆலோசனை என்ற முடிவுக்கே வந்தார்கள். அதன்படி கருணாகரத் தொண்டைமான் பொறுப்பில் ராணி குளிக்கும் அறையில் துவாரம் இட ஏற்பாடு செய்யப்பட்டது.

பின்பு காரியங்கள் எப்படி எப்படியோ நடந்தேறின. இறுதிச் செய்தியின்படி ராணியின் கால்மூட்டுக்கு மேலிருந்த பரு அறுவை

சிகிச்சை செய்து நீக்கப் பட்டது. ஆனால் அந்த அறுவைசிகிச்சை நடந்த விதம் வேறு வகையானது. தெகிமொலா நாட்டு முதிய மருத்துவர்கள் இருவரது கழுத்து நெரிக்கப்பட்டு உடல்கள் ரகசியமாகப் புதைக்கப்பட்ட செய்தி வந்ததோடு அறுவை சிகிச்சை பற்றிய சில விவரங்களும் வெளியுலகிற்கு வந்தன.

நடந்தது இதுதான். ரகசியத் துவாரம் ஒன்று இருந்ததை ராணி உடைகளைக் களைந்தவுடன் கண்டு பிடித்துவிட்டாள். உடனே உடையின்றி வெளியே வந்தவளை ஒளிந்திருந்த மெய்க்காப்பாளன் திட்டப்படி கீழே விழவைத்தான். அந்த மெய்க்காப்பாளனை ஓங்கி ஒரே அறையால் கொன்ற ராணி, கத்தியுடன் பருவை ஆபரேஷன் செய்யப் பாய்ந்துவந்த இரு மருத்துவர்களையும் கழுத்தை நெரித்துக் கொன்றாள். அப்போது நல்ல காலமாக மறைவாய் இருந்த வேறு இரு மருத்துவர்கள் மயக்க மருந்தை ராணியின் மீது தெளித்து அறுவை சிகிச்சையைச் செய்து முடித்தனர். அவ்விருவரையும் சபித்தபடி மயக்கமுற்றாள் ராணி. பின்பு மருத்துவர்கள் மருந்திட்டு ராணியைப் படுக்க வைத்தனர்.

கதை இத்துடன் முடியவில்லை. அதன்பின்பு நடந்ததுதான்
அ ன்று கருணாகரத் தொண்டைமான் யார் முகத்தில் விழித்தானோ
என் று கேட்க வைக்கம் விதமாக இருந்தது. அறுவை சிகிச்சை
முடி ந்தவுடன் மருத்துவர்கள் பலர் நகரில் தலைமறைவானார்கள்.
ஏனெ னில் ராணியின் பழிவாங்கும் புத்தி அவர்களுக்கு ஏற்கனவே
தெரியு . ஆனால் மாட்டிக்கொண்டவன் ஒரே ஒருவன்தான். அவன்
கருணாக ரத் தொண்டைமான்.

தன் வா யிலிருந்துவரும் மொழிகளைக் கட்டுப்படுத்த முடிய
வில்லை எ ன்று ஒரு பொய்க்காரணத்தை, நலம் பெற்று எழுந்த
மறுநாள் ராணி ரி கூறி மெய்க்காப்பாளர்களைக் கூப்பிட்டுக் கருணாகரத்
தொண்டைம னை அழைக்க அனுப்பினாள். தொண்டைமான்
பாக்கியத்தாயி ன் பருவின் தொல்லையால் வந்த வேதனை
போய்விட்டதால் தன்னைப் பாராட்டுவதற்கு அழைக்கிறாள் என்று
எண்ணி ஓடிவந்தா ன்.

கிரேக்க சிற்பிகள ால் நன்கு செய்யப்பட்ட கட்டிலில் படுத்திருந்த
பாக்கியத்தாய் அன்று பல மொழிகளிலும் பாடிக்கொண்டிருந்தாள்.
தொண்டைமான் வ ந்ததும் அவனை அழைத்துக் கட்டிலில்
அமரச் சொன்னாள். வழ க்கத்திற்கு மாறாக ராணி நடந்து கொள்வதைக்
கண்ட தொண்டைமான் கையை வாள் பிடியிலிருந்து எடுக்காமலே

அமர்ந்திருந்தான். அவனிடம் பருவின் வேதனை போய்விட்டதைக் கூறிய பாக்கியத்தாய் அதற்காக அவனை வாழ்நாள் எல்லாம் மறக்கப் போவதில்லை என்றாள். அவள் அப்படி நன்றி கூறியதைக் கேட்ட தொண்டைமான் இன்னும் பயம் கொள்ளலானான். அப்போது மூடிய தன் கண்கள்வழி தொண்டைமானின் கை, வாள்பிடியை இறுகப் பற்றியிருப்பதைப் பார்த்த பாக்கியத்தாய் மின்னல் வேகத்தில் செயல்பட்டாள்.

'தொண்டைமானின் வாள் அரண்மனையில் பரந்த வெளியில் நின்ற ஒரு மரத்தில் நிமிடத்திற்குள் பறந்து போய் விழுந்தது.'

அதன்பின் தொண்டைமான் அவமானப்படுத்தப்பட்டது பற்றி வம்சா வளிகளில் மறைமுகமாக விஷயங்களைக் கூறும் உத்திகளான அணிகள் மூலம் எழுதப்பட்டன. எழுதப்பட்ட விஷயம் கீழ்வருமாறு:

'தொண்டைமானை மிகவும் வஞ்சகமாகப் பழி தீர்த்தாள், பாக்கியத்தாய் என்னும் பராக்கிரமங்களுக் கெல்லாம் பெயர்போன தெகிமொலாக்களின் அன்னை. அதன்பின் அவன் யார் கண்களிலும் படாதவாறு மறைந்து வாழவேண்டிய நிர்ப்பந்தத்திற்கு ஆளானான்.

அதாவது உடலுறுப்புகள் முக்கியமாய் ஆண் தன்மைக்குக் காரணமான உறுப்பு சேதம் உற்றுவிட தொண்டைமான் பிறகு பல நாள்கள் மருத்துவர்களின் பச்சிலைக் கொட்டிலில் கிடக்க வேண்டியிருந்தது. கொட்டிலைவிட்டு வெளியே வந்தபோது அவன் ஆணும் அல்ல, பெண்ணுமல்ல என்று கூறும்படி ஓரளவு குழந்தையின் தோற்றத்துடன் கைகால்கள் பெற்று விளங்கினான். ஒருகாலத்தில் அரசனுக்குப் பதிலாக பல வீரதீரச் செயல்களைச் செய்த கருணாகரத் தொண்டைமானுக்கு விதி இப்படியிருந்தது.

தன்னை யாரும் அடையாளம் காணக்கூடாது என்று எண்ணி சர்க்கஸ் கோமாளி போல் பல பொய்கள் சொல்லி வாழ்ந்து கொண்டிருக்கிறான், உடல் முழுவதும் இப்போது மாறிப்போன தொண்டைமான்.

தான் கருணாகரத் தொண்டைமானைத் தண்டித்தது குடிகளுக்குக் கோபத்தை வரவழைக்கும் என்பதறிந்த ராணி, மறைமுகமாய் அவனையும் அவளையும் இணைத்துக் கதைகள் கட்டி அவளே பரப்பி வந்தாள். அதுபோலவே அவ்வப்போது அவனை அழைத்து வாருங்கள் என்று ஆணை பிறப்பிக்கும் நாடகமும் ஆடி வந்தாள்.

இத்துடன் 'தண்டலை மண்டல மெய் கீர்த்தியின் இறுதி அத்தியாயத்தின் நாற்பத்தொன்றாம் கதை முற்றுப் பெறுகிறது.'

15

பல ஆண்டுகள் ஒருசேரக் குவித்துக் கிடந்ததால் அவற்றிற்கிடையே குலையுயிரும் குற்றுயிருமாகக் கிடந்த ஒரு ஞாபகம் பச்சைராஜன் மனதில் எழுந்து வந்தது. அது அவனுடைய பார்வை மங்கிவரும் ஒற்றைக்கண்ணை இரண்டுமுறை துடிக்க வைத்தது. வயோதிகத்தால் கைகள் நடுங்கின. அவனது 105 ஆண்டுகளும் அவனை வந்து மடக்கின. பிறகு தனது வம்சத்தில் அசாதாரணக் காரியங்கள் செய்த சிலரை ராஜன் நினைத்த விவரங்கள் கீழ்வருமாறு எழுதப் பட்டிருந்தன.

'ஓர் அனாதையைப் போல் 'பிராஸ் டிரம்' ஒன்றுடன் இறந்து கிடந்தவர் ராஜனின் சித்தப்பா. சித்தப்பாவும் பச்சைராஜனின் தாத்தாவைப் போலவே பிராஸ் டிரம்முடன் இறந்துகிடந்தார். அவரது பராக்கிரமங்களாக இந்த நாட்டு அறிஞர்கள் என்று முக்காலத்தாலும் கணிக்கப்பட்டவர்கள் கூறியதில் மிக சொற்ப மானவையே போர்க் களத்தில் நடந்தன. உதாரணமாக 'இறுதியில் வந்த கொடி போன்றவன்' என்ற அர்த்தத்தை உடைய பெயர் கொண்ட பச்சைராஜனின் பிராஸ்டிரம் புகழ் சித்தப்பா 'ஃபாரஸ்ட்' என்ற ஆங்கிலச் சொல்லின் நிஜமான அர்த்தத்தைப் பறவைகளைச் சுடுவதற்காகவே இங்கிலாந்திலிருந்து பிரசித்திபெற்ற துப்பாக்கியுடன் வந்தவரான ஆங்கில துரை ஹார்ட்வெல்* என்பவரிடம் கூறியது ஒரு பராக்கிரமம் மிக்க செயலாகக் கருதப்பட்டது. அதாவது 'ஃபாரஸ்ட்' என்பதைச் சித்தப்பா இரண்டாகப் பிரித்து ஃபார்-ரெஸ்ட் என்று ஓய்வுக்கான இடம் எனச் சொன்னார். இதைக் கேட்டுவிட்டு அப்படியே 'மைடியர் மேன்' என்று கட்டிப்பிடித்துத் தன் ஆனந்தத்தைத் தெரிவித்தார் வெள்ளைக்காரர். இதுபோல் பலவிதமான பராக்கிரமங்கள் அவர் பெயரில் எழுதப்பட்டிருந்தன.

---

* இவர் டபிள்யூ ஹார்ட்வெல்லா, யு.வி.ஹார்ட்வெல்லா என ஒரு சிக்கல் உள்ளது. இது பற்றி வரலாற்றாய்வாளர்கள் அடிக்குறிப்புகள் எழுதும் அளவே முக்கியத்துவம் கொடுக்கின்றனர்.

அது மட்டுமல்ல; ஒருவர் 'ட்ரம்'முடன் செத்தது போல, இவனது வம்சத்தில் இன்னொருவர் மூன்று தலைமுறைகளுக்குமுன் அங்கு வந்த வெளிநாட்டுப் பாதிரியாரால் கிறிஸ்தவராக்கப்பட்டாலும் அந்தவித மதமாற்றங்கள் பின்னர் நடைபெறாமல் போயின. எனவே பச்சைராஜனின் சித்தப்பாவின் வம்சத்தில் எப்போதோ ஒருவர் கிறிஸ்தவராக இருந்து மறைந்தார். அவர் எவ்வளவு காலம் கிறிஸ்தவராக இருந்தார் என்பதைச் சரித்திரக் குறிப்புகள் சொல்ல வில்லை.

அதுபோலவே ட்ரம் கட்டியபடி இறந்தவரின் தாய்வழித் தாத்தாக்களில் ஒருவர், நாட்டின் அரசராக இரண்டு ஆண்டுகள் பட்டம் கட்டிக் காலத்தின் மிகவும் வெறித்தனமான சக்திகளை அடக்கியபோது பகைவர்கள் அவரது மூக்கை வெட்ட, மக்களின் மத்தியில் மூக்கில்லாமல் வாழ்வதைவிட தற்கொலை செய்து கொள்வதே நல்லதென முடிவுகட்டி, 'தினசரி நோய்களுக்காக சஞ்சீவினி சுயபோதினி' என்ற மூலிகைப் புத்தகத்தின் குறிப்பு ஒன்றைப் படித்துவிட்டு அந்த மூலிகையைத் தின்று இன்றுவரை உடல் அழியாதபடி இறந்தார். அப்படி அவர் இறந்தபோது அவருக்கு வயது 290 என்று பழம் நூல் ஒன்று கூறுகிறது.

'டிரம்'முடன் செத்தவரின் அண்ணன் இறந்தபோது விசித்திரமாக யாராலும் படித்துப் புரிந்துகொள்ள முடியாத மீன்பாஷை பொறிக்கப்பட்ட ஒரு நீளமான துருப்பிடித்த வாளுடன் இறந்து கிடந்தார்.'

பச்சைராஜன் தன் வம்சத்தில் தேவையில்லாமல் டிரம் கட்டியபடி இறந்த சிலரின் நினைவுடன் குறிப்பிடத்தக்க வேறு சிலரின் இறப்புகளையும் பற்றி நினைத்துப் பார்த்த செய்திகள் மேற்கண்டவாறு எழுதப்பட்டிருந்தன.

அவ்வாறு பச்சைராஜன் புராதன வம்சத்தவரின் நினைவுகள் வரிசைவரிசையாக அவனது வயதால் வெளிறிப்போன மனத்தில் அணிவகுப்பு நடத்திய அன்று ஒரு பூனைபோல் ரகசியமாக நடந்து வந்து கொண்டிருந்தாள் பாக்கியத்தாய்.

பார்பரின் எதிர்காலக் கணிப்பின்படி தன் இளம் மனைவியான 'சங்கல்பராணி'யின் குழந்தை வாழ்நாள் எல்லாம் ஓர் அவச்சொல்லைத் தாங்கி வாழ வேண்டியதாகிவிடுமோ என்று மிகுந்த அச்சத்தோடு இருந்த ராஜன், 'வயிற்றில் பிறந்த மகன்' என்பதற்கும் 'விலாவில் பிறந்த மகன்' என்பதற்கும் உள்ள வித்தியாசத்தை மிகுந்த புத்திக்

கூர்மையுடன் அலசி ஆராய்ந்துகொண்டிருந்தான். அதனால் அவனது சோர்வு இன்னும் கூடியது.

அப்போது அவன் முன்னிலையில் சோர்வையும் வயோதிகத்தையும் பொருட்படுத்தாது தோன்றிய பாக்கியத்தாய் மிக இயல்பாக இப்படிக் கேட்டாள்:

'புலோஸினா சினிஹிலிபிலிஃபிக்கேஷன்' என்பதற்கு என்ன பொருள்?'

பச்சைராஜன் தன் மனைவி கேட்ட கேள்வியைக் கண்டு முற்றாக ஆச்சரியப்படவில்லை என்றாலும், அவளுடைய வாயிலிருந்து வந்த வார்த்தையின் நீளத்தைக் கண்டு வியக்கவே செய்தான்.

இந்த மாதிரித் தருணங்களில் செய்வதுபோல் ராஜன் மிகவும் நரைத்துப்போன புருவங்களுக்கிடையில் இடுக்கிக்கொண்டு கிடக்கும் ஒருபார்வை இழந்த கண்ணையும் இன்னொரு பார்வை உள்ள கண்ணையும் தட்டித் தட்டி விழித்தான்.

பின் தான் கேட்ட கேள்விக்குப் பதில் சொல்லாது ராஜா கேட்ட கேள்வியைப் பார்த்துப் பாக்கியத்தாய் திகிலடைந்தாள். 'என் இளம் மனைவி சங்கல்பராணி யின் குழந்தை விலாவழி பிறக்குமா, அல்லது வயிற்றி லிருந்து பிறக்குமா? நீ என்ன நினைக்கிறாய்?'

பாக்கியத்தாய் ராஜனின் முகத்தைப் பார்த்தாள். அந்த வயதாகிச் சோர்ந்திருந்த முகம் அவளுக்குப் பரிதாபத்தை வரவழைத்தது. தன்னைத் தேடி ஓடோடி வந்து தூரத்தில் தன்னைக் கண்காணித்துக் கொண்டு நிற்கும் பணிப்பெண்களைப் போய்விடும்படிக் கட்டளையிட்டாள். அந்த நேரத்தில் எந்த மறுகேள்வியும் இல்லாமல் கீழ்ப்படிவதே உத்தமம் என்பது போல் அந்தப் பெண்கள் உடனடியாக ராணியை வணங்கிவிட்டு அந்த இடத்தைவிட்டு அகன்றார்கள். அப்படி அகன்ற பெண்களில் ஒருத்தியை ராணி அழைத்துக் குடும்பப் புகைப்படத் தொகுப்பைக் கொண்டு வரச்சொன்னாள். இப்போது ராணியின் முகம் மிகுந்த சுருக்கங்கள் கொண்டு பார்க்க பயங்கரமாகத் தென்பட்டது. அவளது நெற்றியின் மேல் இருந்த நரைத்த தலைமயிரானது நெருப்பாய் எரிவதுபோலவும் கண்களில் ஒரு குரூரம் ஒளியாய் வெளிப்படுவது போலவும் இருந்தது.

பணிப்பெண் புகைப்படத் தொகுப்பைக்கொண்டு வந்து கொடுத்துவிட்டுச் சென்ற பின்பு அரசனைப் பார்த்தாள் பாக்கியத்தாய். அரசனின் முகத்தில் குழப்பங்கள் தோன்றின. ஏனெனில் இதுவரை நடந்த சம்பவங்களும் இனி நடக்கப்போகும் சம்பவங்களும் கொண்ட

புகைப்படங்கள் கொண்டது, அந்த விசித்திரமான புகைப்படத் தொகுப்பு.

அந்தத் தொகுப்பை மிகச் சில சந்தர்ப்பங்களில் மட்டுமே, அதுவும் அரச குடும்பங்களில் அமைதி யின்மையோ, போரோ, முக்கியமான சாவுகளோ நடந்த சந்தர்ப்பங்களில் மனதில் பயமில்லாதவர்கள் என்று கருதப்பட்டவர்கள் மட்டுமே அந்தப் புகைப்படங்களைப் பார்த்திருக்கிறார்கள். ஏனென்றால் உயிர்ப்பலி வாங்கும் புகைப் படங்கள் அந்தத் தொகுப்பின் பக்கங்களில் உண்டு என்ற எண்ணம் தெகிமொலா ராஜகுடும்பத்தில் இருந்தது. தெகிமொலா மொழி, அரச குடும்பம், சட்டசபை, மக்கள்தொகை, ஏன் இயற்கைகூட அந்தப் தொகுப்பில் சில வேளை தீர்மானிக்கப்பட்டதுண்டு. இத்தகைய பயங்கரம் கொண்ட படத்தொகுப்பை வரவழைக்கும்படி கூறுகிறாள் என்றால் இந்தப் பெண்மணிக்கு என்ன ஆகிவிட்டது என்று யோசித்தான் ராஜன்.

அப்போது பாக்கியத்தாய் புகைப்படத் தொகுப்பின் முதல் பக்கத்தைத் திறந்தாள்.

அந்தப் படத்தொகுப்பின் முதல்பக்கம் மஞ்சள் படிந்திருந்தது. ஓரம் கிழிந்தும் மடங்கியும் காணப்பட்டது. காலமும், காலநிலை மாற்றங்களால் படர்ந்த ஈரமும் தாள்களில் புள்ளிகளைப் படர வைத்தன. ஒரு காலத்தில் மரணத்தின் கொடூர நினைவில் யாரோ தம் வம்சத்தைப் பற்றி அறிய பெரும்பாடுபட்டுப் புரட்டியிருக்கிறார்கள் என்று கூறுமாறு அப்படத் தொகுப்பு காட்சி தந்தது. அந்த நூலின் அட்டை மென்மையான மரத்தூளால் செய்யப்பட்ட பலமான பலகைபோல் காணப்பட்டது. அட்டையில் மந்திரவாதிகளால் வரையப்பட்ட நாற்சதுர வடிவங்கள் சிலவும் ஒவ்வொரு திசைக்குமான ஆணைகளும் தாமிரத்தகட்டில் எழுதிப் பதிக்கப்பட்டிருந்தன.

பின்பு கறுப்பு வெள்ளை நிறங்களில் கறுப்பு முகங்களால் தென்பட்ட மீசைகள் நிறைந்த ஆண்களையும் தலையில் முக்காடு போட்ட பெண்களையும் கொண்ட பலவித புகைப்படங்களையும் தாண்டி அவளது கண்கள் வெறியோடு எதையோ தேடின. ராஜன் பதைபதைப்போடு காணப்பட்டான். ஆனால் பாக்கியத்தாய் வெறியோடும் உறுதியான முடிவோடும் தேடினாள். திடீரென்று பக்கங்களைப் புரட்டுவதை நிறுத்திவிட்டு ஒரு குறிப்பிட்ட பக்கத்தைச் சுட்டி, ‘ஒரே ஒருபக்கம் உள்ள தாள் இதுதான்’ என்றாள். ஒரு பக்கம் உள்ள தாள் என்பது ஒரு சங்கேத அர்த்தம். அது அவர்களின்

பல ரகசியங்களைக் குறிக்கும் குறியீடாகும். பின்பு ஏதோ ஒரு மஞ்சள் படிந்த பக்கத்தை உற்றுப்பார்த்தாள். அங்கு ஒட்டப்பட்டிருந்த புகைப்படத்தில் வெள்ளைக்கார நர்சுகள் கூடிநின்ற ஒரு மேசைமேல் பெண்மணி ஒருத்தி பாதி ஆடையுடன் படுத்திருந்தாள். இடுப்புக்கு மேல்பகுதி படத்தில் இல்லாதிருந்தது. அதற்குப் பதில் இரண்டு மீன்படங்கள் வரையப்பட்டிருந்தன. ஒன்றை ஒன்று அந்த மீன்கள் பார்ப்பதுபோல் தீட்டப்பட்டிருந்தன. அந்தப் படத்தின் கீழ் 'இப்படம் ஒரு மீன் மாதத்தில் வரையப்பட்ட தாகும்' என்று ஓவியரின் கையெழுத்துடன் ஒரு செய்தி காணப்பட்டது. இரண்டு மீன்களின் இத்தகையச் சித்திரம் நிறைவேறாத பாலியல் ஆசையைக் குறிப்பது என்று அவர்களின் மரபுகளை அறிந்தவர்கள் கூறுவார்கள்.

குறிப்பிட்ட அந்தப் புகைப்படமானது மற்ற பார்வையாளர்களுக்கு எல்லையில்லாப் பல்வேறு அர்த்தங்களைக் கொடுத்தாலும் பாக்கியத்தாய்க்கு அந்தச் சித்திரம் மிகவும் துல்லியமான ஒரேயொரு அர்த்தத்தைதான் கொடுத்தது. அது ஸ்டுடியோ ஒன்றில் நடக்க இருந்த ஒரு சம்பவத்தை முன்கூட்டியே அவர்களுக்குச் சொல்லும் படம்.

சொல்வோன் கூற்று

களிமண் பொம்மை அல்ல அல்ல சரித்திரம் என்பது அறிவீர்! சரித்திரம் தானாய் உருவாகாது. சரித்திரம் எழுத ஒருவன் வேண்டும். அவனது கூற்றே சரித்திரம்- நினைவில் வையும் வாசகத் தோழரே!

அன்று ஒருநாள் சினிமா பார்க்கச் சென்றேன். வேகமாய்ப் புகுந்தால் தியேட்டர் காலி. படம் ஓட ஆரம்பித்தது. வெண்மையுடுத்த பெண்கள் தாங்கிவரும் வயதான மனிதரைத் திடீரென ஒருவன் எழுந்து நின்று சுட்டான். அப்போது வயதானவர் வாயிதழ் வழியாய் வழிந்து பரந்தது ஒரு சொல். 'ஹே ராம்.' அது தொடர்ந்து பெரியவர் சிறியவர் என்று பரந்தது. சினிமா பார்த்த சிறுவன் அதைப் பார்த்துக் கேட்டான், 'துப்பாக்கியின் பெயர்தானே 'ஹே ராம்' என்பது.' வயதானவரின் உள்ளிருந்த துப்பாக்கி அன்று சுட்டது அவரை. பின்பு தொடர்ந்து சுட்டுக்கொண்டேயிருந்தது. டுமீல் ஹே ராம்! டுமீல் ஹே ராம்!! குடிசைகள் பற்றி எரிகின்றன. குழந்தைகள் நெருப்பில் சிரிக்கின்றன. எங்கும் வயதான மனிதர்கள். அவர்களின் கைத்தடிகள். ஹே ராம், ஹே ராம் துப்பாக்கிகள். ராமர் பிறந்த போது தொப்பூழ்க் கொடி அறுத்தவர்கள் நம்மிடையே ஜனிக்கிறார்கள்,

காவி ஆடைகளுடன்; ஆண்குறிகளை ஹேராம் துப்பாக்கிகளாய்ப் பிடித்துக்கொண்டே வீதி வீதியாய் சாரை சாரையாய் ராமராஜ்யத்தின் மீன்கடைகள் வழியாய் ஜபித்துக் கொண்டே ஓடிக்கொண்டிருக் கிறார்கள். இறுதியில் ஓட்டம் நிற்கிறது. மயான அமைதி. அன்று வயதான எந்த மனிதரின் மனதின் துப்பாக்கியும் ஹே ராம் என்று வெடிக்கவே இல்லை. ஏனென்றால் அன்று 1992ஆம் ஆண்டு டிசம்பர் ஆறாம் தேதி.

இருளில் பறந்தன ஹேராம் ஒலிக் குதிரைகளிலிருந்து வெடித்த ரவைகள். மனசிலிருந்தும் துப்பாக்கிகள். கற்பனை வடித்த மனிதர் வாழ்ந்தார், மறைந்தார். வாழ்வும் கற்பனை. கற்பனையும் துப்பாக்கி. கதையில் வாழ்பவர் கற்பனைத் துப்பாக்கிக்குப் பலியாய் ஆகும் அவல நாடகம் நடக்க இருக்கிறது. நடிகர்களே! வாசகர்களே!! நடிக்கலாம், நடிப்பு வந்தால். படிக்கலாம் படிக்க நினைத்தால். வரப் போகிறது துப்பாக்கி வெடிக்கும் துர்பாக்கியக் காட்சி.

○

16

அடுத்தநாள் ஸ்டுடியோவில் நடந்த சம்பவம் தயவு தாட்சண்யமற்ற வரலாற்று ஆசிரியர்களால் இப்படி எழுதப்பட்டிருக்கிறது:

'அப்போது நகரில் ஒரு ஸ்டுடியோவிலிருந்து அந்தக் கொடூரமான செய்தி கிளம்பியது. அந்த ஸ்டுடியோவில் வழக்கம்போல் திருமணமான ஒரு ஜோடி திருமணப் புகைப்படத்திற்காகக் கழுத்தில் பூமாலையுடன் கை களைக் கோர்த்தபடியே காட்சி தந்துவிட்டுப் போனார்கள். ஸ்டுடியோவின் சிப்பந்தி இருட்டு அறையில் அதன் நெகட்டிவைப் பார்த்த போதுதான் திருமணப் புகைப்படத்திற்குப் பதிலாக ஒரு மனிதனின் தலை மிகவும் மங்கிக் காணப்பட்டது. இது ஏதோ அசம்பாவிதத்தைத்தான் காட்டுகிறது என்று ஸ்டுடியோ மானேஜரிடம் அந்தச் சிப்பந்தி படத்தைக் காட்டினான். அதைப் பார்த்த அநுபவஸ்தரான மானேஜர் ஏற்கனவே ஒருமுறை, சில ஆண்டுகளுக்கு முன்பு இப்படி நெகட்டிவ் மங்கலாக ஒரு மனிதனின் தலையைக் கட்டியபோது தான் தெகிமொலாக்களில் பலரைப் பலி கொடுத்த கொடிய ஒரு நோய் வந்ததென்றார்.

இப்போது திருமண போட்டோ சூறாவளியில் சிக்கிய ஒருவனின் மங்கலான தலையாகத் தென்பட்ட போது தெகிமொலா நாட்டுச் சரித்திரத்தின் பாதை மாறுவதற்கான காரியம் என்று கருதப்பட்ட சம்பவம் நடந்தது.

பாக்கியத்தாயின் இரண்டாவது மகனும், தெகிமொலாக்களின் இலக்கிய வரலாற்றில் பற்பல கவிதைகளை இயற்றி அவர்களின் விசேஷமான பண்பாட்டை உலகத்தோருக்குப் பாடி வைத்துவிட்டுக் கவிதையின் காலம் முடிந்ததென்பதைக் கனவில் கண்டு அதன்பிறகு உரைநடையாசிரியன் ஆனவனுமான சொல்லின் பொருள் ஒரு நாய் போல் சுடப்பட்டு நான்கு சாலைகள் கூடுமிடத்தில் பிணமாய்க் கிடந்தான்.

சொல்லின் பொருளின் உயிரைக் கவர்ந்தபின் அந்தத் தோட்டா முதலில் ஒலியை இழந்தது. பிறகு அது ஒரு சிறு நிழலாய் மாறிப்

பாக்கியத்தாய் இருந்த இடத்தைத் தேடி அவளது நினைவுகளில் புகுந்தது. உடனே தனக்கு யாரும் சொல்லாத ஒரு ரகசியம் விளங்கியதை அறிந்தாள் பாக்கியத்தாய். தான் உப்பிக்கொண்டு சாகக்கிடந்த தருணத்தில் ஒரு வார்த்தை மூலம் தன்னைக் காத்தவன் தன் மகன் சொல்லின் பொருள்தான் என்பது அவள் நினைவை வந்தடைந்தது.

அத்தருணத்தில் தன் மகனை நினைத்து சரித்திரத் தையும் விதியின் நிர்ணயங்களையும் உதறிக்கொண்டு உண்மையான தாய்போல் கதறிக்கொண்டு ஓடினாள். 'மகனே சொல்லின் பொருள்! நீ அம்மா என்று அழைத்து செத்துக்கொண்டிருந்த உன் தாயைக் காத்தாய். இப்போது நீ எங்கே இருக்கிறாய்?' என்று விதி காட்டிய வழியாக ஓடி, நாற்சந்தியில் அவளது மகன் பிணமாய்க் கிடந்ததைக் கண்டாள். அவள் அப்படி ஓடுவதும், அவன் அப்போது தெரியாத பகைவனால் சுடப்பட்டுச் செத்துக் கிடப்பதும், அவன் பிணத்தை அவள் பார்ப்பதும் எல்லாம் விரிவாக ஆயிரமாயிரம் ஆண்டு களுக்கு முன்கூட்டியே அவர்களின் வம்ச நூலில் எழுதப்பட்டபடியே நடந்தன. இவ்வளவு வேதனை யும் மகன் ஒருவனுக்காய்ப்பட்ட பாக்கியத்தாய், மற்ற இரு குழந்தைகளையும் நினைத்துப் பார்த்து ஆறுதல்கூட அடையமுடியாதபடி சபிக்கப்பட்டிருந்தாள். ஏனெனில் அவர்களை நினைக்கக்கூட முடியாதபடியான ஞாபகமறதி ஒன்றால் அவர்கள் இருவரும் அவள் மனதிலிருந்து அகற்றப்பட்டிருந்தனர்.

உடனே நாடு அல்லோலகல்லோலப்பட்டது. அந்தப் புகைப் படத்தில் தெரிந்த தலை சொல்லின் பொருளின் மரணத்தைத்தான் குறித்தது என்று எல்லோரும் இப்போது சந்தேகமற அறிந்ததால், அப்புகைப்பட நெகட்டிவில் சொல்லின் பொருளைக் கொன்றவனின் துப்பாக்கி நிழல் காணப்படுகிறதா என்று தேடலானார்கள். ஆனால் அந்த நெகட்டிவ் அதன் பின்பு மிக விரைவில் பயனற்றதாக மாறியது. ஏனென்றால் யார் எதை நினைத்துப் பார்த்தாலும் அந்த நெகட்டிவில் அது காணப்பட்டதுதான் காரணம். துப்பாக்கி நிழல் காணப்படுகிறதா என்று பார்த்தபோது துப்பாக்கி நிழல் காணப்பட்டது. சுட்டவனின் கால் தடத்தைத் தேடியபோது அப்படி ஒரு கால்தடம் தெரிந்தது. எனவே அந்த ஃபோட்டோ நெகட்டிவ் துப்புதுலக்கப் பயனற்றது என்று கைவிடப்பட்டது.

அப்படிக் கைவிடப்பட்ட ஃபோட்டோ நெகட்டிவை ஸ்டுடியோகாரன் ஒருநாள் அகஸ்மாத்தாக எடுத்து இப்போது என்ன தெரிகிறது என்று

பார்த்தபோது அதில் ஒரு காதல் கடிதம் எழுதப்பட்டிருந்தது. அந்தக் கடிதம் 'காலத்தை வென்றவளுக்கு' என்று தலைப்பிடப் பட்டிருந்ததால் அது சொல்லின் பொருளால் தூரதிருஷ்டியில் பார்த்துப் படைக்கப்பட்ட பெண்ணுக்காக அவன் எழுதிய கடிதம் என்று புரிந்தது. அன்றிலிருந்து அந்த ஃபோட்டோ ஸ்டுடியோவில் நெகட்டிவ் வடிவில் பாக்கியத்தாயின் இரண்டாவது மகன் சொல்லின் பொருளின் இதயம் சாகாமல் வாழ்கிறது என்ற நம்பிக்கை மக்களிடம் ஏற்பட்டது.

பூர்வ ஜன்மத்தில் பாக்கியத்தாய், தன் மகனின் பிணம் எங்கு விழுந்தாலும் உடனே தான் அங்கு இருக்க வேண்டும் என்று ஆசைப்பட்டதுபோல் பாக்கியத் தாய்க்கு நடந்தது என்றனர் சரித்திர ஆசிரியர்கள். தெகிமொலா நாட்டின் விதிகள் சில வேளை அவளுக்கு வேதனைக்கும் தீராத கஷ்டங்களுக்கும் வழிவகுத்து இருந்தாலும் இப்போது இறந்த மகனை உடனடியாகத் தன்னால் பார்க்க முடிந்ததற்காய் அவள் காலத்தின் விதிகளுக்கு நன்றி கூறினாள்.

அரண்மனைக்குள் நிறைய மாற்றங்கள் நடந்திருந்தன. அந்த அரண்மனை மீண்டும் மீண்டும் அவளது கட்டுப் பாட்டிலிருந்து போய்க்கொண்டிருந்தது. எனவே புதிய மாற்றங்களும் அவளை ஏதும் செய்யவில்லை. என்றாலும் அவ்வப்போது புகைப்படத் தொகுப்புகள் வந்து சேரும்போது அவளுக்கு நாட்டில் நடக்கும் ஒவ்வொரு சம்பவமும் விளங்கியது. அதுபோல் பழங் காலம் மற்றும் எதிர்கால திருஷ்டியில் உருவாக்கப்பட்டிருந்த கலைக்களஞ்சியத்தில் புதிய சம்பவங்களைச் சேர்ப்பதற்கான இடைவெளிகள் நிறைய இருந்தன. அந்த இடைவெளிகளில் புதிய சம்பவங்கள் வந்துசேருவதற்கு முன்பாகவே பாக்கியத்தாய் அவற்றை அறிந்தாள். எனவே பாக்கியத்தாய் புராதன மனதுடையவள் என்று பரவலாகக் கருதப் பட்டாலும், அவள் மிகப் பிந்திய சம்பவங்களையும் அரண்மனைக்கு வெளியில் ஓடியாடித் திரிபவர்களைப் போலவே அறிந்து கொண்டாள். பணிப்பெண்களின் சதிக்கு ஆளானபின் பெரும்பாலும் நாட்டு நடப்பைப் புகைப்படத் தொகுப்பு நூலின் வழியேதான் அறிந்தாள்.

அன்று கோடைக்காலமாகையால் அரண்மனையின் காற்று வாங்கும் அறையில் ராணி அமர்ந்திருந்த போது பணிப்பெண்கள் சொன்ன செய்தியை ராணி அதிக சிரத்தையுடன் கவனிக்கவில்லை.

ஏனெனில் அவள் பிரஞ்சு வீரன் ஒருவனின் சாகசங்களை அப்போது ஜெர்மன் மொழியில் படித்துக் கொண்டிருந்தாள்.

அவர்கள் சொன்ன செய்தி இதுதான்:

'சொல்லின் பொருளைச் சுட்ட துப்பாக்கி வேறு யாருடையது மில்லை. அவனது அண்ணனின் துப்பாக்கி தான் நினைவு வழி வந்து அவனைக் கொன்றிருக்கிறது.'

ராணி சிரத்தையுடன் கேட்கவில்லை என்றாலும் பணிப் பெண் களுக்கு ஒரு பதிலைச் சொல்லத்தான் செய்தாள்:

'சொல்லின் பொருள் பிறந்த அன்றே அண்ணனைப் பற்றித்தான் கேட்டான்.'

இந்தத் தொடர்பற்ற பதில் வந்தபோது ராணி சிரத்தையற்ற நிலையில் இருந்ததால் அவளது உடலுக்கு வெளியில் இருந்துதான் இந்தப் பதில் வந்தது; மனதிலிருந்தல்ல என்றனர் பணிப்பெண்கள்.

காலத்திற்குப் பதிலாகத் தூரத்தைத் தன் தளமாக வைத்து வாழ்ந்து கொண்டிருந்த 'காலத்தை வென்றவள்' இப்போது தன்னைப் படைத்தவனும், தான் இறுதியில் போய்ச் சேர வேண்டியவனுமான சொல்லின் பொருளைத் தேடிக் காலத்தின் கூண்டைவிட்டு வெளியேறி வந்தாள்.

அவள் நேரடியாக - யாரும் வழிசொல்லாமலும் துணைக்கு வராமலும் தானே முக்கிய வீதியில் நடந்தாள். வீதியில் இருமருங்கும் ஈ மொய்த்த தின்பண்டங்களை விற்கும் ஆள்களைத் தாண்டி, நிறைந்த சர்க்கஸ் போஸ்டர்கள் ஒட்டப்பட்டதும், கவிதை வரிகளை எழுதிச் சுவர்களில் ஒட்டி வாங்கு வோரைக் கவர்ந்து கொண்டிருப்பதுமான ஆரவாரம் மிக்க கடைகளையும் தாண்டி மிகச் சரியாக அந்த ஃபோட்டோ ஸ்டுடியோவை அடைந்தாள் காலத்தை வென்றவள். அவளிடம் 'மானேஜர் தற்சமயம் ஸ்டுடியோவில் இல்லை' என்று சிப்பந்தி கூறினான். அவள் அமைதியாக அங்கேயே அமர்ந்தபோது சிப்பந்தி 'சர்க்கஸில் இருக்கிறீர்களா?' என்று கேட்டான். அவள் 'இல்லை' என்று கூறிவிட்டு மீண்டும் அமைதியாக இருந்தாள். அன்று முழுவதும் ஸ்டுடியோவின் மானேஜர் வராததால் மாலைவரை ஏதும் பேசாம லேயே அமர்ந்திருந்த அந்த அழகிய இளம்பெண்ணைப் பார்த்து, 'இன்று மானேஜர் வரமாட்டார். உங்களுக்கு ஏதேனும் உதவி வேண்டுமென்றால் நானே செய்வேன்' என்றான் சிப்பந்தி.

‘உதவி தேவையில்லை’ என்று கூறிவிட்டு ஸ்டுடியோவிலிருந்து இறங்கி நடந்தவள் சற்று தூரத்திற்கு அப்புறம் காணாமல் போகவே, சிப்பந்தி அவளைப் பற்றி விசித்திரமாக நினைத்தபடி கடையைப் பூட்டினான்.

அன்று மக்கள் பெரிய ஆர்ப்பாட்டம் செய்தார்கள். சர்க்கஸில் இருந்த 25 சிங்கங்களும் நிஜ சிங்கங்கள் அல்ல என்பது எதிர்பார்க்காத விதமாக சர்க்கஸின் நடுக்கூரை முதலில் தீப்பற்றி எரிந்ததால் ஓரப்பகுதியில் இருந்த மனிதர்கள் தப்பினார்கள். ‘சிங்கங்களைக்’ கட்ட சர்க்கஸ் கூடாரத்துக்கு அருகில் ஒரு பகுதி பயன்படுத்தப்பட்டது. சிங்கம் போல் நடக்கக்கூடிய, நடிக்கக்கூடிய, சீறக்கூடிய, சாப்பிடக் கூடிய மனிதர்கள் சிங்கங்கள் போலவும் நடத்தவும்பட்டனர். சிங்கங்களின் உணவுதான் அவர்களுக்கும். அவர்கள் மலஜலம் கூட சிங்கங்கள் போலத்தான் கழித்தனர். ஏனெனில் அப்பொழுதுதான் அவர்கள் சிங்கங்கள் போல சர்க்கஸில் நடிக்க முடியும். இப்படிப்பட்ட ‘சிங்கங்கள்’ நெருப்பு பரவியபோது ஜனநெரிசலில் மிதிபட்டுச் செத்ததாக மறுநாள் தெரிந்தது. ஏனெனில் நெருப்பு இந்தச் ‘சிங்கங்களைக்’ கட்டிய இடத்தில் பரவி இருக்கவே இல்லை. இவ்வாறுதான் சர்க்கஸின் ‘சிங்கங்கள்’ ஒன்றுகூட நிஜசிங்கங்கள் இல்லை என்று நகரத்தவர்களுக்குப் புரிந்தது. இவ்விஷயத்தை முன்கூட்டியே தெரிவித்த பார்பர் உண்மையில் வருங்காலத்தை அறியக்கூடிய ‘மேதை’ என்று இப்போது பொதுமக்களும் நம்பினர். முன்பு அப்படி ஒரு நம்பிக்கை ராஜனுக்கு மட்டுமே இருந்தது.

பல்கலைக்கழகத் துறைத்தலைவர் கிராமத்திலிருந்து படிக்க வந்த மாணவியைத் தன்னுடன் இரண்டு இரவுகள் எதற்காகத் தங்க வைத்தார் என்ற கேள்வி மைதானத்தில் கொட்டை எழுத்துகளில் எழுதப்பட்டி ருந்த அதே நாளில் அவரது துறையில் பிறப்பிக்கப் பட்ட புதிய தெகிமொலா மொழி 1008வது மொழி. அந்தப் புதுமொழியை அனைத்துலக மொழிகள் விற்கும் மார்க்கெட்டில் பரீட்சித்தவர்கள் அந்த மொழியைச் சகாரா போன்ற பாலைவனப் பிரதேசத்துக்குப் போகிறவர்கள் பயன்படுத்துவது கஷ்டம். ஏனெனில் அந்த மொழியின் சில பல்லொலிகள் சரியாக உற்பத்தி செய்யப் படவில்லை. சூட்டில் பொல பொலவென்று உதிர்ந்துவிடும் என்று கூறினார்கள்.

இந்த இரண்டு சம்பவங்களும் துறைத்தலைவருக்குத் தலைகுனிவை

ஏற்படுத்தியதால், அவர் முதல் மனைவியின் சம்மதத்தோடு இருபது வயது பெண்ணைத் திருமணம் செய்வதாகவும், தன் துறையினர் கண்டுபிடித்த புதிய மொழியின் பல்லொலிகள் சேதமுற்றிருப்பது உண்மை என்றால், தன் புதிய மனைவியின் பல்லொலிகளைத் தான் பரீட்சித்தும் சுவைத்தும் பார்த்தது உண்டு என்றும், அவை சுத்தமான பல்லொலி களாகையால் அவற்றைப் புதிய மொழிக்குத் தானமாக வழங்க முடியும் என்றும் கூறி அதன்மூலம் தெகிமொலா மொழி 1008ஆவது புதிய மொழியைப் பிறப்பிக்கும் தகுதி உடையதுதான் என்றும் கூறினார். அன்று ஒரு தினசரியின் கீழ்ப்பகுதியில் சிறிய எழுத்துகளில் துறைத் தலைவரின் முதல் மனைவி தற்கொலை முயற்சி என்று காணப்பட்டது. அதில் தன் கணவனது அறிவுகெட்ட நடத்தையால் மனம் நொந்த மனைவி தன் கணவன் வாழ்நாள் முழுவதும் கெடுத்தது போதும், கிராமத்திலிருந்து வந்த ஓர் இளம்பெண்ணையும் கெடுப்பது மகாபாவம் என்று கூறி, விஷத்தைக் கொண்ட பூக்களைத் தின்று தற்கொலைக்கு முயற்சித்தார் என்றிருந்தது.

o

17

ராணியிடமிருந்து காணாமல் போன ஐம்பது ஆண்டுகள்

ராணியான பாக்கியத்தாய் நாட்டில் நடக்கும் எந்த அசம்பாவிதத்தாலும் மனம் தளராமல் தினம் தினம் செய்வதுபோல் காலையில் சரியாக ஆறுமணிக்குப் படுக்கையைவிட்டுக் கண்களை விழித்தபடி எழுந்தாள். எழுந்தபின் கண்களை மூடியபடியே பார்க்க ஆரம்பித்தாள். அவளது மன உறுதியைக் கண்ட பணிப்பெண்கள் செயலற்றனர். தங்களின் சதி செய்யும் மூளைகள் ராணியின் மன உறுதியைக் கண்டு அஞ்சியதை அறிந்து மேலும் பலவீனர்களாய் நடுங்கினர். இவ்வளவு வயதும் பழமையும், அதுபோல், பெற்ற பிள்ளையின் மரணமும் நாட்டில் நடந்து கொண்டிருக்கும் அசம்பாவிதங்களும் இந்த மூதாட்டியைச் செயலிழக்க வைக்கவில்லையே என்று ஆச்சரியப்பட்டனர். அப்போது அந்த ராணி தன் மாளிகையின் முன் நின்ற ஒரு ரோஜா மலரை, நடந்து சென்று முகர்ந்ததைப் பார்த்த பெண்கள் இன்னும் அதிக பலவீனமுற்றவர்களாய் பயந்து ஆங்காங்கே ஒளிந்தனர். அரசியோடு வயதும் பலவீனமும் மேலும் மேலும் மோதும் போது, ராணி மீண்டும் மீண்டும் பலமானவளாய் அவ்வப்போது எப்படிப் புத்துயிர் பெற்று எழுகிறாள் என்று அறியாது எல்லோரும் திகைத்தனர். இயற்கையும் காலமும் பழுதடையும்தோறும் அந்தப் பழுதிலிருந்து ஒருவகை பலத்தை இவள் அடைகிறாள் என்று ஒரு கற்பனையை இப்போது அரண்மனை வாசிகள் கண்டுபிடித்து அதனை உண்மையாக எல்லோரிடமும் கூற ஆரம்பித்தனர். அப்படிப்பட்ட ஒருநாள், பாக்கியத்தாயின் நரைத்த எல்லா முடியும் கறுப்பு நிறம் பெற்றன. தாங்கள் ராணிக்கெதிராகச் செய்த காரியங்களை நினைத்துக்கொண்ட அத்தனைப் பணிப்பெண்களும் தங்களுக்குத் தண்டனை உறுதி என்று நினைத்துக்கொண்டிருந்த போது ஒரு பணிப் பெண்ணை அழைத்து ராணி இப்படிக் கேட்டாள்:

'எனக்கெதிராக ஏன் சதி செய்தீர்கள்? சதி செய்யும் எண்ணம்

எப்படி உங்களுக்கு வந்தது?'

அப்பணிப்பெண் ராணிக்குப் பதில் உரைத்தாள்:

'உண்மையைச் சொல்லட்டுமா? தாயே! நாங்கள் சதிசெய்யாத போதே சதிசெய்தோம் என்கிறீர்கள். உடனே எங்களுக்குச் சதி செய்யும் ஆசை வந்தது.'

அது உண்மையாகத்தான் இருக்கும் என்பதை உணர்ந்த ராணி 'பணிப்பெண்கள் இனி முன்போல் சதி செய்யலாம்' என்றாள்.

இது ராணி பழையபடி எல்லாவற்றையும் தன் கட்டுப்பாட்டிற்குள் கொண்டு வந்ததைக் காட்டியது. எனவே பணிப்பெண்கள் அரசியிடம் தாங்கள் தண்டனைக்குச் சித்தமாக இருப்பதைக் கூறினார்கள்.

அதற்கு அரசியான பாக்கியத்தாய் கலகலவென்று சிரித்தாள். பணிப்பெண்கள் மேலும் அரண்டனர். அரசியின் ஐம்பது ஆண்டுகள் அவளிடமிருந்து விடை பெற்றுப் போய்விட்டன என்றார்கள்.

உடனே ஒரு பணிப்பெண் வந்து ராணியின் முதல் மகன் ஓர் அம்மிக்குழவி என்று பொய் வதந்தியைப் பரப்பியது தானே என்றாள். ராணிக்கு அம்மகன் பற்றி ஞாபகம் இல்லாததால் ராணி அவளை மன்னித்தாள். அப்படி அரண்மனையில் உள்ளும் வெளியிலும் அரசிக்காக வேலை செய்த ஐம்பது பணிப்பெண்களும் அரசியிடம் வந்து தாங்கள் செய்த மற்றும் செய்யாத சதிகளுக்காக மன்னிப்புக் கேட்டுக்கொண்டே நாள் களைப் போக்கினர்.

இவ்வாறு அரசி உடலும் உள்ளமும் பலம்பெற்ற செய்தியும் அவளது கூந்தல் மீண்டும் கறுப்பான விவரமும் பச்சைராஜனைச் சென்று அடைந்தபோது அவனது நிறம் சற்று பழுப்பாக மாறியது. தோலின் ரோமங்கள் உதிர்ந்தன. மேல்தோல் சொறியச் சொறிய மரப்பட்டை போல் கழன்று விழ ஆரம்பித்தது. தனது இளம் மனைவி எங்கே இருக்கிறாள்? அவளுக்கு என்ன ஆனது? குழந்தை பிறந்ததா? என்ற தகவல்களைக்கூட அறியாது அரண்மனையின் மறக்கப்பட்ட ஏதோ ஓர் அறையில் எப்போதோ தென்படும் வாழ்க்கையை வாழ ஆரம்பித்தான். இரவிலும் பகலிலும் அதிகம் கனவுகள் வந்தன. சிலவேளை கனவில் நடந்து கொண்டும் பிறரிடம் பேசிக்கொண்டும் இருந்தான். இரவில் தூங்குகையில் நினைவுகள் வந்தன. தான் செய்ய வேண்டிய திட்டங்களை அத்தகையத் தூக்கங்களின் போது தீட்ட ஆரம்பித்தான். பாக்கியத்தாய்க்கு ஐம்பது வயதுகள் காணாமல் போயின என்றால் பச்சைராஜனுக்கு ஐம்பது வயதுகள் அவளிடமிருந்து வந்து ஒட்டிக்கொண்டன என்றுதான் கூறவேண்டும். ஒருநாள்

சரித்திரத்தில் படிந்த நிழல்கள் ❖ 137

அவளுக்கு இப்படி ஒரு கடிதத்தை ராஜன் கொடுத்து அனுப்பினான்:

'உன்னிடமிருந்து உன் அனுமதியின்றி புறப்பட்டு வந்த ஐம்பது ஆண்டுகள் என்னிடம் உள்ளன. எப்போது வந்தாலும் அவற்றை எடுத்துச் செல்லலாம்.'

ஆனால் ராணி வரவும் இல்லை. அந்த ஐம்பது ஆண்டுகளை எடுத்துச் செல்லவும் இல்லை. எனவே ராணி வருவாளா வர மாட்டாளா என்ற நினைவுகளின் அல்லாட்டத்தில் பொறியில் சிக்கித் தவிக்கும் எலியைப் போலத் திண்டாடினான் ராஜன்.

அரசனின் வரலாறு இந்தக் காலத்தில் மிகுந்த அடிக் குறிப்புகளுடனும் இடைவெளிகளுடனும் எழுதப் பட்டது. எனவே அவனைப் பற்றிய இக்கால முழு வரலாறும் தெளிவாகாதபடி அவன் வாழ்ந்தான். எனினும் ராஜனின் இறுதிக்காலம் மிகுந்த வேதனைகளுக்கும் மர்மங்களுக்கும் இடம்வைத்த வாழ்க்கையாகவே இருந்தது. இது தெகிமொலா வரலாற்றின் மிகப்பலவீனமான ஒரு வீரனாய் இவனைக் காட்டு கிறதென்று நினைக்க வழிவைக்கவில்லை. ஏனென்றால் தெகிமொலாக்களில் போர்க்களத்திலும் சுயவாழ்க்கையிலும் மிகுந்த வீரமும் மிகுந்த சாதனைகளும் செய்தவர்களைப் பற்றிய பட்டியல்கள் பெரும்பாலும் இப்படித்தான் இருந்தன.

இதுபோன்ற மர்மங்கள் தெகிமொலாக்களின் சரித்திரம் ஒரு காடு போன்றது என்று கூறவைத்தது. அக்காட்டிற்குள் போய் சிக்கிக் கொண்டவர்களின் கதைதான் சரித்திர ஆசிரியர்கள் கதை. பச்சை ராஜனின் அக்கால சரித்திரமும் இத்தகைய முறையில் புரியாமல் ஒரு சரித்திரக் காடாய் மாறினாலும் அவனது உடலிலும் மனதிலும் திடீரென்று வந்து உடும்புபோல் ஒட்டிக்கொண்ட ஐம்பது ஆண்டுகள் அவனைப் படாதபாடுபடுத்தின.

இவ்வாறு ராஜன் தெகிமொலாவின் புகழ்பெற்ற இன்னொரு வீரனாயும் ஏடுகளுக்குள் புகும் எல்லாத் தகுதிகளையும் கொண்டவனாயும் இருந்தான். விளக்கத்துக்குட்படாத தனது வாழ்க்கை முறையாலும் எதிர்பாராத நடவடிக்கையாலும் தன்னை அவன் ஸ்தாபித்துவரும் ஒருநாள் காலையில் புளியமரங்களில் நிறைய காற்று வீச ஆரம்பித்தது. ஒரு மரக்கிளை இன்னொன்றோடு உரசியது. அவ்வப்போது புளியம் பூக்கள் நிறைய தரையில் வீணாக உதிர்ந்தன. காற்றெல்லாம் புளியம்பூ மணமாக இருந்தது.

ஈவிரக்கமற்ற அந்தக் காற்று வீசி ஓய்ந்தபோது பச்சைராஜனின் இளம் மனைவிக்குக் குழந்தை பிறந்தது. அந்தக் குழந்தை தெகிமொலா நாட்டின் இன்னொரு சரித்திரத்தின் மாயங்கள் நிறைந்த வருகைக்குக் கட்டியம் கூறுவது போல், பிறந்ததும் 'அப்பா எங்கே?' என்று தெளிவாகக் கேட்டது. பிறகு 'ஓ' வென்று அழுதது. சங்கல் பராணி என்று அழைத்து உச்சிமோந்து ஒரு நிமிடமும் பிரியாமல் அவளைக் காதலித்த ராஜன் அந்தக் குழந்தையின் முதல் குரலைக் கேட்க அருகில் இல்லை. அப்படியில்லாததால் அவனை இனி வாழ்நாள் எல்லாம் தனது கறுத்த மனத்தின் இரும்புக்கோட்டை களுக்குள் அனுமதிப்பதில்லை என்று சொன்னாள் சங்கல்பராணி.

தன் குழந்தை பிறந்த உடனேயே பேசியதற்கு முக்கிய காரணம் பழந்தாள்களைத்தான் தின்றதே என்பதை அவள் அறிந்தே வைத்திருந்தாள்.

அவனின் குழந்தை பிறந்து 24 மணி நேரமான பின்பு, தாமதத்திற்கு மன்னிப்பு கேட்டபடி வந்த மருத்துவச்சிகளைத் திரும்பிப் போகச் சொன்னாள்.

இவ்வாறு திருப்பி அனுப்பப்பட்ட மருத்துவச்சிகளிடம் குழந்தை எப்படிப் பிறந்தது என்று நாட்டிலுள்ளவர்கள் கேட்டார்கள். அந்தக் குழந்தையைப் பற்றி இப்படிக் கூறினார்கள் மருத்துவச்சிகள்:

'குழந்தை விலாவின் வழிதான் பிறந்திருக்க வேண்டும். ஏனென்றால் அக்குழந்தை தெகிமொலா வம்சத்தின் மரபுகளையெல்லாம் ஒரேயடியாக மீறியபடி பிறந் துள்ளது.'

'எப்படி?' என்று கேட்டவர்களுக்கு மருத்துவச்சிகள் பதில் சொன்னார்கள்:

'இன்றுவரை அரண்மனையில் பிறந்த குழந்தைகள் எதற்கு முந்தினாலும் பிறப்பதில் முந்திக்கொண்டதே இல்லை. இந்தக் குழந்தை மட்டும் பிறப்பதில் முந்திக் கொண்டதால் மற்ற எல்லாம் தலை கீழாகத் தான் நடக்கும் என்பதில் சந்தேகம் என்ன?'

அன்று புழுதி நிறைந்த தெருக்களின் வழி சர்க்கஸில் நெருப்புக்கு இரையாகாத நாற்காலிகளையும் பொருள்களையும் லாரிகளில் ஏற்றிக்கொண்டு சர்க்கஸ் கம்பெனி புறப்பட்ட செய்தி வந்த போது இன்னொரு செய்தியும் வந்தது. பாக்கியத்தாயின் வயிற்றில் பிறந்தவள் என்று ஆதாரங்களில் காணப்பட்டவளும் இன்றுவரை யார் கண்ணுக்கும் தென்படாதவளுமான பாக்கியத்தாயின் மூன்றாவது மகள் சங்கல்பராணியின் வீட்டுக்கு வந்தாள்.

அவளைச் சங்கல்பராணி 'உன்னை எதிர்பார்த்தேன்' என்று வரவேற்றாள். இவ்வளவு சின்னவளாகத் தோற்றம் தரும் அந்தப் பெண்ணைப் பார்த்துக் குசலம் விசாரித்தாள்.

'உன் பெயர் என்ன?'

'தெரியாது.'

'உன் வயது?'

'மூன்று'

'நீ பிறந்து எத்தனை ஆண்டுகள் ஆயின?'

'பல ஆண்டுகள் ஆகிவிட்டன.'

'அதெப்படி? பல ஆண்டுகளாய் வாழும் நீ மூன்று வயதாக எப்படி இருக்கின்றாய்?'

என்று தன் அழகிய இதழ்களால் கேட்ட சங்கல்ப ராணிக்கு அந்த மூன்று வயது உருவம் பதில் சொல்லிற்று.

'நான் மூன்று வயதானபோது நடந்தது அது. என் கண் முன்னாலேயே என் எதிர்கால வயதுகள் ஒன்றன்பின் ஒன்றாக செத்துப்போயின. நான் என்றும் மூன்று வயதானவளாகவே அதன்பின் இருந்தேன்.'

'ஏன்?' என்றாள் சங்கல்பராணி.

'மானுட உலகத்தின் பசி என்னும் பிரச்சினை என்னையும் பீடித்தது' என்று கூறித் தனது உண்மையான வயதுக்குரிய குரலில் அழுதாள் அந்தச் சிறுபெண். அந்த அழுகை மனிதகுலம் அழுவது போல் இருந்தது.

ஆடம்பரமின்மையும் வளர்ச்சியின்மையும் வாழ்க்கையின் லட்சியங்கள் என்பது போல் இருந்தவளும் உலக வறுமைக்கான ஓர் அடையாளமாய் மூன்று வயதாக என்றும் வாழ விதிக்கப் பட்டவளுமான அவள் அழுததைப் பார்த்து சங்கல்பராணி கண்கலங்கினாள். அப்போது நடந்த அந்தச் சம்பவம் இன்னும் ஆச்சரியங் களும் விநோதங்களும் இந்த மண்ணில் அதிக வளத்துடன் வேர்கொண்டுள்ளன என்பதை விளக்கும்படியாக இருந்தது. சிறுபெண்ணின் கண்ணீரைத் துடைக்க முன்வந்தவன் யாரென்றால் பிறந்து 24 மணி நேரம்கூட இன்னும் ஆகாமல் இருந்த சங்கல்ப ராணியின் மகன்தான். அவன் நடந்து வந்து அந்தப் பெண்ணின் கண்ணீரைத் துடைத்துவிட்டு உடனே சென்று தொட்டிலில் படுத்துவிட்டான் என்று வம்ச சரித்திரம் எழுதியிருந்தது.

இவ்வாறு இயற்கையும் சரித்திரமும் எதிர்பார்க்க முடியாத ஆச்சரியங்களாலும் வியப்பான நியதிகளாலும் மிகவும் குழம்பி யிருந்தன. பிறந்த குழந்தை 24 மணி நேரம்கூட ஆவதற்கு முன்பே பேசும்படியாகவும் எழுந்து நடக்கும்படியாகவும் பல ஆண்டுகளுக்கு முன்பே பிறந்த ஒரு பெண் 3 வயது தோற்றத்துடன் இருக்கும் படியாகவும் அமைந்த அந்த நேரத்தில் ராஜனின் துக்கம் அளவு கடந்ததாக இருந்தது.

வயதாலும், எதிர்காலம் பற்றிய உண்மைகளை இனி காண முடியாதென்ற கவலையாலும் தனது சபிக்கப்பட்ட விதியாலும் எழுந்த அவனது துக்கம் அவ்வப்போது ஓரளவு ஆறுதல் அடைந்தது உண்மை. அதற்குக் காரணம் மரவேலைப்பாடுகளுள்ள ஒரு கட்டிலில் படுத்திருக்கும் அவனது இளம் மனைவியான சங்கல்பராணியும் அவளது குழந்தையும்தான். அவள் தன்னால் இன்று புறக்கணிக்கப் படுவது தவிர வேறேதும் செய்யப்பட முடியாதவள் என்று கற்பனையில் கண்டு அவளை ஒரு குழந்தைபோல் பாவித்து அவளுக்காய் மனத்துக்குள் அழுதான் ராஜன். அழுது ஆறுதலடைந்த மனதின் மென்மையைக்கூட மீறிக் கொண்டு சில வேளை மூர்க்கம் அவனிடம் வெளிப் பட்டது. அப்போது ஒரு பைத்தியம் பிடித்தக் காட்டெருமை போல் பெருங்குரலால் பிளிற ஆரம்பித்தான்.* இவனது இந்த அழுகையைக் கேட்காதவளாய் அவனைத் தூற்றிக் கொண்டு சங்கல்பராணி மகனைத் தாலாட்டிக் கொண்டிருந்தாள். சங்கல்பராணி, தான் செய்த சிறுசிறு தவறுகளின் மூலமும் அவ்வப்போது காணும் எதிர்காலக் கனவுகளின் மூலமும் தானும் ஒரு மனித வம்சத்தவளே என்று வலியுறுத்தியபடி வாழ்ந்தாள். அப்படி வாழ்ந்தவள் ஓர் இரவில் திடீர் என்று அழுத சிறுவனுக்காய் எரிச்சலோடு எழுந்தாள். தன் முலைக்காம்பை எடுத்துக் குழந்தையின் பால் வடியும் பூப்போன்ற இதழ்களில் வைக்கையில் உடலிலும் ஆத்மாவிலும் பரவும் ஆனந்தத்தில் உடல் சிலிர்த்து சற்று நேரத்தில் இன்னொரு கனவைக் கண்டு தூங்க ஆரம்பித்துவிட்டாள். இப்படிச் சென்றது அவள் வாழ்க்கை.

○

* இப்படி அரச வம்சத்தில் முதுமைக் காலத்தில் பலர் பிளிறிய செய்தி தெகிமொலா வரலாற்றில் உண்டு. ஆதாரம் கோச்சடை பாகவதரின் 'தெகிமொலா சிந்து.'

18

மீண்டும் காலம் பனிபெய்தது. காலையில் வாழைத் தோட்டத்தில் இலைகளில் எங்கும் நீராகக் காணப்பட்டது. வாழையிலையின் கிழிந்த பச்சை இலைகளைப் போல வாடி வதங்கிய மஞ்சள்நிற இலைகளும் இரவில் எப்போதோ மழையும் பெய்திருக்க வேண்டும் என்று யூகிக்க வைத்தது. இலைகள் ஒடிந்து பல வாழைகள் தரையில் மண்பூசியபடிக் கிடந்தன. பெரிய வாழைகள் ஒன்றிரண்டு அடிபெயர்ந்தும் காட்சி தந்தன. அன்று சூரியன் எழுந்து வந்து கொண்டிருந்த காலை வேளையில் 'காலத்தை வென்றவள்' தூரத்தில் ஒரு புள்ளியாய்த் தோன்றினாள். சூரிய ஒளியால் பின்பு பெரிதானாள். புள்ளி பெரியதாகி, வெள்ளையாய் அசையும் ஒரு வஸ்துவாய்ப் பின்பு தெரிந்தாள். முதலில் சிறு குழந்தையாய் நடந்து வருவதுபோல் தென்பட்டவள், சற்றுநேரத்தில் இளம் வயது பெண்ணாய் வளர்ந்து பின்பு இன்னும் சற்று நேரத்தில் அழகிய கவர்ச்சிமிக்கவளாய் ஃபோட்டோ ஸ்டுடியோ இருந்த தெருவிற்கு வந்துசேர்ந்தாள். அன்றும் தெரு அதிக நெரிசலாய்க் காணப்பட்டது. தின்பண்டம் விற்பவர்கள் தின்பண்டங்களின் மீது மொய்த்த ஈக்களை விரட்டியபடியே விற்றனர். இனிப்பு வகைகள் பச்சை, மஞ்சள், சிவப்பு என்று ஆரோக்கியத்திற்கு ஒவ்வாத நிறங்களால் பூசப் பட்டிருந்தன. ஏழைச்சிறுமிகள் மூக்கைச் சிந்தியபடி வந்து அழுக்கேறிய கைகளால் அந்தப் பொருள்களை வாங்கிக்கொண்டு சென்றனர்.

'காலத்தை வென்றவளின்' வாழ்வுக்குப் பொறுப் பாகனவன் என்று கருதப்பட்ட சொல்லின்பொருள் வாழ்ந்ததையும் இறந்ததையும் இப்போது எல்லோரும் மறந்துபோனார்கள். அதனை மறக்க முடியாதவள் போல் நடந்து வந்த அவள் யாரையும் பார்க்காது நேராக நடந்து முதல் மாடியில் அதிக புளைப்படங்களால் மூடப்பட்ட சுவரைக்கொண்ட அந்த ஸ்டுடியோவின் காரை உடைந்த படிகள் வழியே மெதுவாய் அடிவைத்து ஏறினாள். பிறகு ஸ்டுடியோவின் உள்சென்றாள். இப்போதும் மானேஜர் இல்லை, மானேஜருக்குப் பதிலாகச் சிப்பந்திதான் இருந்தான்.

அவளது அழகு அவனைக் கிறங்க வைத்தது. அவனது கதையை அவளிடம் சொன்னான். இப்படி, தான் கேட்காமலே ஒருவன் தன் சரித்திரத்தைச் சொல்கிறானே கேட்போம் என்று கதை கேட்பதற்காகவோ, அல்லது மானேஜர் வந்தால் தன்னைப் படைத்தவனின் உருவம் தெரியும் ஃபோட்டோ நெகட்டிவை வாங்கிச் செல்லலாம் என்பதற்காகவோ 'காலத்தை வென்றவள்' அமைதியாக அவனையும் தரையையும் பார்த்தபடி அமர்ந்திருந்தாள். அவள் முகத்தில் ஒருவித மர்மமான தன்மை இருந்தது. இந்த காலத்தைச் சேர்ந்தவள் அல்ல என்பதான தோற்றம் தந்தாள். செயற்கையாகச் செய்யப்பட்டு வரலாற்றில் நுழைக்கப்பட்டவள் என்பதாய் அவளது மொத்த இயக்கமும் இருந்தது. ஆனால் கைகால்களின் அமைப்பு மனிதப் படைப்பின் இலக்கணப்படி அமைந்திருந்தது. இரத்த ஓட்டமும் மனவோட்டமும் உண்டா என்று ஐயப்படும்படி வறண்டு காணப்பட்டாள். ஆடைகளைகூட அலங்காரத் துணிக் கடையில் வைக்கப்பட்டிருக்கும் பொம்மைகள் கட்டியது போல் கட்டியிருந்தாள். அவளது இயக்கம்கூட யாரோ சாவி கொடுத்து அனுப்பியது போலவே இருந்தது.

ஆனால் ஃபோட்டோ கடை சிப்பந்திக்கு ஏதும் மனதில் படவில்லை. அவளோடு உரையாட விரும் பினான். அவனையும் ஒரு விதி பிடித்தாட்டுகிறது புரியாமல் அவளுடன் பேசினான்.

தன் கதையை அவனது பிறப்பிலிருந்து தொடங் கினான். கிராமத்துச் சூழலில் கீழ்ச்சாதியில் பிறந்ததைக் கூறி அவளைப் பார்த்தான். அவள் முகத்தில் எந்த உணர்வும் ஏற்படவில்லை. அந்த உற்சாகத்தில் தொடர்ந்தான். பள்ளி இறுதிவரை படித்துவிட்டுப் பள்ளியில் முதல்வனாய்த் தேறியதைக் கூறினான். பிறகு மேல்படிப்புக்கு நகரத்துக்குச் சென்றதையும் ஊர்ப்பெரியவரின் பொருள் உதவி பெற்றுப் படித்ததையும் சொன்னான். மேல்படிப்பிலும் முதல் மாணவன். அதே வகுப்பில் படித்த அதே பெரியவரின் மகளை விரும்பினான். விஷயம் மேல் சாதியைச் சார்ந்த ஊர்ப் பெரியவருக்குப் போயிற்று. அவனை வாழைத் தோட்டத்தில் கட்டிவைத்து வாழை நாரால் இரண்டு நாள்கள் அடிக்கக் கூறினார். மூன்றாம் நாள் அவர் அவிழ்த்துவிட்டபோது, ஏனோ அவரிடம் போய் வணக்கம் தெரிவிக்கத் தோன்றியதால் அப்படியே சென்று வணக்கம் தெரிவித்தான். யாரோ அழைத்து, அய்யா இதைச் சாப்பிட்டுப் போகச் சொன்னதாய் கொடுத்த உணவைச் சாப்பிட்டுவிட்டு இரவோடு இரவாய் ஓடிவந்தவன் இந்த ஃபோட்டோ ஸ்டுடியோவில் இரண்டு ஆண்டுகளாய்

வேலைபார்த்து வருவதாய்க் கூறினான். அப்போதும் அவள் எந்த உணர்வையும் வெளிக்காட்டவில்லை. அவனையும் தரையையும் மாறி மாறிப் பார்த்தபடியே அமர்ந்திருந்தாள். அவன் தொடர்ந்தான்:

'இதுவரை நான் பார்த்த புகைப்பட முகங்கள் எல்லாம் சேர்ந்து உருவான முகத்தைக் கொண்டவள் நீ'

இப்போதும் அவள் அவனையும் தரையையும் மாறி மாறிப் பார்த்தபடியே இருந்தாள். அவள் கண்கள் எங்கோ தூரத்தில் இருக்கும் பொத்தானால் இயக்கப் படுவதுபோல் இயங்கியது. அவன் அதிசயித்தான்.

'உனக்கு உணர்வே கிடையாதா?' என்றான். அதிசயமான ராணியின் பதில் அவனை அதிர வைத்தது.

'கிடையாது.'

இருவரும் சற்றுநேரம் பேசவில்லை. பின்னர் சிப்பந்தி கேட்டான்:

'அப்படியானால் சொல்லின் பொருள் நெகட்டி விற்காக ஏன் இங்கு வருகிறாய்?'

'அது கடமை.'

'என்ன கடமை?'

'அவன் என்னை உருவாக்கியவன்.'

'அப்படியென்றால்?'

'அதாவது எனக்கு வாழ்வு தந்தவன்.'

'உன் கணவனா?'

'இல்லை, என் கடவுள்.'

'கடவுள் என்றால் எப்படிக் காதல் கடிதம் எழுதுவார்?'

'அவர் என் கடவுளும் காதலனும்.'

'அது எப்படி இருக்க முடியும்?'

'பாக்கியத்தாயின் மகனான 'மலைமீது ஒளி'யை ரகசிய இயக்கத்தினர் தூக்கிக்கொண்டு சென்ற பின்னர், அவனை யாரும் கண்காணிக்காததால் சொல்லின் பொருள் தன் அண்ணனைத் தன் மன ஆற்றலால் பின்தொடர்ந்து கண்காணித்தார். அதன்பின்பு அந்தக் கண்காணிப்பைக் கைவிட்டதற்குச் சொல்லின் பொருளுக்கு அண்ணனின் அரசியலில் இருந்த அரு வருப்பும் ஒரு காரணம். அதன் பின்புதான் என்னைப் படைத்து அதன்மூலம் தன் வாழ்வை நேசித்தார்.

பிரச்சினை என்னவென்றால் சொல்லின் பொருளின் விதியும், 'மலைமீது ஒளி'யின் விதியும் பின்னிப் பிணைந்தவை. எனவே முரண்பட்ட ஈடுபாடுகள் இருவர் வாழ்வையும் பாதித்தன. அதன் விளைவாகவே மலைமீது ஒளி, தன் தம்பியின் ஈடுபாடு ஒரு பெண்ணின் மீது திரும்பியதை உணர்ந்து தன் தத்துவார்த்த துப்பாக்கியால் தம்பியைக் கொன்றார். இப்போது புரிகிறதா? விதி கொடியது, அது உன் கற்பனைக்கு அப்பாற்பட்ட விஷயங்களை நிகழ்த்த வல்லதென்பது.'

அவள் ஓர் எந்திரம் போல் பேசினாள்.

ஃபோட்டோ ஸ்டுடியோ சிப்பந்தி அவளைக் கண்கொட்டாமல் பார்த்தான். அவன் நினைத்தால் மானேஜரை அழைத்து வந்து அவளுக்கு உதவ முடியும். அல்லது அந்த நெகட்டிவை வாங்கி அவளுக்குக் காட்டியிருக்கலாம். இந்த இரண்டையும் அவன் செய்யாமல் இருந்ததற்குக் காரணம், அவளை அடிக்கடி பார்க்க அவன் விரும்பியதுதான். மனிதர்கள் தங்கள் சமூகத்தில் காலத்துக்கும் இடத்துக்கும் தக வாழ்கிறார்கள். திருகலாசி எப்போதோ தப்பான திசைக்குத் திருப்பி விட உலகத்தின் தப்பான பொய் கலந்த வழிமுறைகளுக்கு ஏற்ப, தந்திரத்தையும் நடைமுறைகளையும் ஏற்படுத்துகிறார்கள். அவனது அந்த வயதுக்கோளாறால் ஏற்பட்ட ஏமாற்றுத்தன்மை காலத்தாலும் தூரத்தாலும் மட்டுமே உருவாக்கப்பட்ட அந்தப் பெண்ணுக்குப் புரிய வில்லை. பொய்களும் திருகல்களும் அற்ற அவளது குழந்தை போன்ற மனம், நெகட்டிவ் வாங்குவது என்பது பலதடவை நடந்து வந்து காத்திருந்துப் பலவிதச் சிரமங்களுக்குப் பிறகுதான் நடைபெறும் காரியமாக உலகம் உருவாக்கி இருக்கலாம் என்று நினைத்தது. எனவேதான் மீண்டும் காலவெளியில் எங்கோ ஓரிடத்தில் தனக்காக ஒதுக்கப்பட்ட கூட்டில் போய் ஒடுங்குவதற்காக அங்கிருந்து புறப்பட எத்தனித்தாள். அப்போது கடைச் சிப்பந்தி சொன்னான், 'உன்னைப் பார்த்துக் கொண்டே வாழ விரும்புகிறேன், என்று.

அவள் 'எதற்கு?' என்றாள்.

அவன், 'வாழ்க்கை ஆச்சரியமற்றுப் போனது' என்றான். அப்போது நடந்த பயங்கர சம்பவம் எதிர் பார்க்க இயலாத ஒன்றாகும். உடனே அவனைப் பிடித்து வைத்து 'அந்தரங்க களேபரம்' என்ற பல்லைக் கழுத்தில் பதித்து இரத்தத்தை உறிஞ்சி பிணத்தைக் கீழே வீசிவிட்டுச் சரசர என்று நடந்து மறைந்தாள் 'காலத்தை வென்றவள்.' சற்றுநேரம்

ஃபோட்டோ ஸ்டுடியோ முழுதும் பெருங்காற்றில் அகப்பட்டது போல் நடுங்கியது. சுவரிலிருந்து அடர்ந்திருந்த காரை சடசடவென விழுந்தது. அவள் புறப்பட்டுப் போகையிலும் ஸ்டுடியோவிற்கு யாரும் வரவில்லை. ஆனால் ஃபோட்டோ ஸ்டுடியோவின் வெளியிலும் உள்பக்கத்திலும் எங்கெங்கு ஃபோட்டோவில் யார் யார் அமர்ந்தபடி இருந்தார்களோ அவர்கள் எல்லோரும் அவள் புறப்பட்ட போது எழுந்து நின்றது போல் அதன்பின்பு பதிந்தார்கள். திடீரென்று யார் பார்த்தாலும் கண்ணாடிகளில் சட்டமிட்டு வைத்திருந்த புகைப் படங்களில் ஏற்பட்டுள்ள அந்த மாற்றம் தெரியும்படி இருந்தது. உலகின் நியதிகளைச் சாசுவதம் என்றும், வாழ்க்கையை ஆச்சரியங்கள் நிறைந்தது என்றும் நினைத்து ஏங்கிய ஓர் இளைஞன் அப்பழுக்கற்ற தன்மையையும் இயற்கையின் ஆற்றலையும் பிரதிநிதித்துவப்படுத்தும் ஒரு நங்கையால் எதற்காகக் கொல்லப் பட்டான் என்ற கேள்விகூட இல்லாமல் உலகிலிருந்து அப்புறப் படுத்தப்பட்டான்.

அதன் பின்பு ‘காலத்தை வென்றவள்’ எந்தத் தெகிமொலாவின் வாழ்க்கையிலும் குறுக்கிடவில்லை என்பது குறிப்பிடத்தக்கது. ஆனால் அவள் சொல்லின் பொருளுக்கு மட்டும் அவளை உற்பவித்த நன்றிக் கடனாய் வருடத்திற்கொருமுறை ஒரு கடிதம் எழுதிக் கொண்டிருக்கிறாள் என்றார்கள் அவளையும் சொல்லின் பொருளையும் அறிந்தவர்கள். அக்கடிதங்கள் வருடாந்திர தெகிமொலா மொழியின் இலக்கியக் காட்சியில் வைக்கப்பட்டன.

அதில் ஒரு கடிதம் விசேஷமாய் பேசப்பட்டது. நெகட்டிவில் பதிந்த அக்கடிதத்தின் எழுத்துகள் பேசக்கூடிய எழுத்துகளாய் இருந்தன. யாராவது அந்த எழுத்துகளைப் படிக்க விரும்பினால் உடனே அந்த எழுத்துகள் ஓர் அந்தரங்க ஒலியாய் படிப்பவர்களின் மனதில் ஒலிக்கும். அப்படிப் பேசும் எழுத்துகளின் மூலம் அவள் சொல்லின் பொருளுக்கு ஒரு கவிதை எழுதியிருந்தாள். அந்தப் பேசும் எழுத்துகளால் எழுதப் பட்ட கவிதை இப்படி முடிந்தது.

‘இது மரம் பாடிய கவிதை.’

இப்படி மரம் பாடிய கவிதையைப் பல்வேறு சாதி மக்களும் கேட்டுக்கொண்டிருந்த காலத்தில் தெகிமொலா நாட்டின் பலா மரங்கள் காற்றில் ஆடி நிறைய இலைகள் உதிர்ந்தன. சர்க்கஸ் கோமாளி தற்கொலை செய்துகொண்டான். அப்போது, தான் ஊர்ஊராய் நடத்திக் காட்டிக்கொண்டு அலைந்தது சர்க்கஸ் அல்ல,

வாழ்க்கையைத்தான் மக்களுக்கு சர்க்கஸின் வடிவத்தில் காட்டினேன் என்று ராஜனுக்கு ஒரு குறிப்பு எழுதியிருந்தான் கோமாளி. அதைப் போலீஸார் வெளியிட்டனர்.

தெருக்களின் தின்பண்டங்களில் புதியவகை ஜிலேபிகள் காட்சி தந்தன.

பாக்கியத்தாய் சொன்ன மிக நீண்ட ஆங்கிலச் சொல்லுக்குப் பொருள் தன்னிடம் உதித்ததைப் பச்சைராஜன் அறிந்தான்.

உடனே அவளைச் சந்திக்கத் தான் தயார் என்றும், அறிவு விஷயத்தில் இன்னொரு பிறவியெடுத்தாலும் அவள் தன்னோடு போட்டியிட முடியாதென்றும் கூறி, அரச சின்னம் பதிக்கப் பெற்ற ஒரு கடிதத்தை எழுதினான் பச்சைராஜன். பின்பு அரண்மனையின் புறக்கணிக்கப்பட்ட நூற்றுக்கணக்கான அறைகளில் ஏதோ ஒன்றிலிருந்து புறப்பட்டு வெளியே வந்தான்.

அப்போது ராஜாவுக்கு முதுமையால் தளர்ச்சி ஏற்பட்டிருந்தது. மிகுந்த கனமான ஒரு பொருளைத் தாங்குவது போல் தோள்களை வைத்துத் தள்ளாடிய படி நடந்தான் பச்சைராஜன். பணிப்பெண்கள் பாக்கியத்தாயின் கட்சிக்கு மாறிவிட்டதால் ராஜாவை அப்போது கேலி பேசியபடி இருந்தனர்.

'ராஜாவே! உன் தோள் மீது என்ன?' என்பாள் ஒரு பணிப்பெண்.

வேறொருத்தி, 'நான் சொல்கிறேன், அது ராஜாவுக்கு ராணி கொடுத்த ஐம்பது வருடங்களாக்கும், சுமக்க முடியாமல் வருகிறார்' என்பாள்.

உடனே அந்தக் கேலியைத் தொடர்வது போல் இன்னொரு பெண் 'இல்லை இல்லை. அது ராணி சொன்ன ஆங்கிலச் சொல்லுக்கு ராஜா கண்டுபிடித்த அர்த்தம்' என்பாள்.

இவ்வாறு பணிப்பெண்களால் கேலிக்குள்ளான ராஜாவை அரண்மனைக் காவலர்கள் திடீரென்று தோன்றி அவர் மேலும் நடந்து செல்லாதபடி சட்ட மிருப்பதைக் கூறித் தடுத்து நிறுத்தினார்கள். உடனே வழக்கம் போல் ராஜா தன் பழைய வாளை உருவுவார் என்று எதிர்பார்த்துத் தயாரான காவலர்கள் ஆச்சரியம் அடையும்படி ராஜன் ஏதோ முணுமுணுத்தபடி திரும்பினான். நடுங்கும் உடலோடு அப்படி அவர் முணுமுணுத்தது கீழ்க்காணும் வாக்கியமாகும்:

'சட்டத்தை அனுசரிப்பவர்களைத் தனிமைதான் வாட்டும்.'

தற்கொலை செய்துகொண்ட சர்க்கஸ் கோமாளிதான் நாட்டிலிருந்து காணாமல் போன கருணாகரத் தொண்டைமான் என்ற செய்தி

நகரமெங்கும் பரவியது. அக்காலத்தில் சங்கல்பராணியின் முதல் மகனும் மூன்று வயதாய் எப்போதும் வாழ நிர்பந்திக்கப்பட்ட ராணியின் மகளும் இணைபிரியாத அக்காளும் தம்பியுமாய் விளையாடிக் கொண்டிருந்தனர். அவர்களின் விளையாட்டுக்கு அவளது வயது முதிர்ச்சி தடையாய் இருக்கவில்லை. எந்நேரமும் இரட்டையர்கள் போல் இருந்த இருவரும் சங்கல்பராணிக்கு இன்னொரு குழந்தை பிறக்கப்போவதை அறிந்து பிறக்காத அந்தக் குழந்தையுடன் இப்போதே விளையாட ஆரம்பித்தனர். அந்தக் குழந்தையைப் பற்றி முதலில் சங்கல்பராணிக்குச் சந்தேகம் இருந்தாலும் பின்னர் சந்தேகம் தெளிந்தது. கடந்த ஒருவருடமாய் பச்சை ராஜனைக் கனவிலும் பார்க்கவில்லையே என்று எண்ணினாள். பின்பு சமாதானமடைந்து இப்படிக் கூறினாள்:

'சாதாரண ஆணா அவர்? முதல் குழந்தை ஒன்றோடு என் கர்ப்பம் நின்று விடுமா அவரது ஆற்றலுக்கு?'

பின்பு தெகிமொலாக்களின் கொடிய காலம் வந்தது. இந்த முறை வந்த கோடை தெகிமொலாக்களின் வரலாற்றில் விசேஷமாய் குறிக்கப்பட்டது. வழக்கமாய் இரண்டு மாதமோ, கூடிப்போனால் மூன்று மாதமோ இருக்கும் அந்தக் கோடைக்காலம் இந்த தடவை ஒன்று, இரண்டு, மூன்று என்று மூன்று ஆண்டுகள் நீடித்தது. அந்தக் கொடிய கோடைக்காலத்தில் நடந்த பல அசம்பா விதங்களில் முக்கியமான இரண்டு சம்பவங்கள் பற்றிக் கூறவேண்டும்.

ஒன்று, நீர்ப்பஞ்சம் பற்றியது, தண்ணீரின்றி மக்களெல்லோரும் அடித்துக்கொண்டு செத்தனர். இரண்டு, எதிர்கால சம்பவங்கள் பலவற்றையும் ஏற்கனவே எழுதிவைக்கப்பட்ட பல புத்தகங்களும் கையெழுத்துப் பிரதிகளும் கொண்ட நூலகம் சூடேறியதால், புத்தகத் தாள்கள் ஒன்றோடொன்று உரசி எழுந்த மிகப்பெரிய தீ விபத்தில் பல நாடுகளிலும் புகழ்பெற்ற தெகிமொலா மொழி நூலகம் ஒன்று எரிந்து சாம்பலாகியது.

○

19

நூலகத்தை எரித்த நெருப்பு தெகிமொலாக்களின் இரண்டாயிரம் ஆண்டு சரித்திரத்தையும் இரண்டாயிரம் ஆண்டுகளாக அவர்கள் நம்பிய பல சிந்தனைகளையும் ஒரே நாளில் சாம்பலாக்கி விட்டது. அவர்களது உலகப் புகழ்பெற்ற அகராதிகளும் கலைக் களஞ்சியங்களும் கருகி மண்ணோடு மண்ணாகிவிட்டன. அந்த நூல் களின் எரியாத பகுதிகளை உலகெங்குமுள்ள பழம் பொருள் பாதுகாப்பகங்களில் யாரும் காண முடியும். இவ்வாறு கலைக் களஞ்சியம் தயாரிப்பதிலும் சரித்திர ஆவணங்கள் உருவாக்குவதிலும் தன் வாழ்நாளை யெல்லாம் கழித்த விசித்திரமான தெகிமொலா சரித்திர நாயகர்களின் கதை எப்படி முடிந்தது என்பதை மட்டும் தகித்துப் போன துண்டுத்தாள்களின் மூலம் இன்று அறிய முடிகிறது. இவர்களின் முக்கியமான பல வாழ்க்கைச் சம்பவங்களைக் கற்பனை வளமுள்ள எந்தச் சரித்திர ஆசிரியனாலும் அறிந்து கொள்ள முடியும். இன்னும் சில முக்கிய சம்பவங்கள் நடந் திருக்கக்கூடும். அவற்றை அறிய முடியாதது பெருங் குறை ஆகாது. ஏனெனில் அவர்களின் முடிவுகளைக் கருகிய கலைக்களஞ்சியங்கள் கறாராக நமக்குக் கொடுத்துவிடுகின்றனவே. நமக்குக் கிடைத்த நூல் ஒரு கலைக் களஞ்சியம்தான் என்பது எப்படித் தெரியும் என்று கேட்பவர் களுக்குத் தக்க பதில் சொல்லமுடியும்.

நமக்குக் கிடைத்தது கலைக்களஞ்சியம்தான் என்பது ஒவ்வொரு பக்கமும் முதலெழுத்து சித்திர எழுத்துகளால் தொடங்கப் பட்டதிலிருந்து தெரிந்தது. எடுத்துக்காட்டாக பூ என்ற எழுத்தால் தொடங்கப் பட்டிருக்கும் பக்கத்தில் பூ என்ற எழுத்தின் ஆடம்பரமும் மனோகரமும் மிக்க சித்திர வடிவம் காணப்பட்டது. அதுபோல் எழுத்துகள், செடி, கொடி, பூ போல் அந்தப் பக்கத்து நான்கு ஓரங்களிலும் ஓரக்கோடுகளாய்ச் சுற்றி வளைத்திருந்தன. கிடைத்த தாள்களின் எழுத்துகள் கரிந்தும் எரிந்தபோது யாரோ ஊற்றிய நீரால் மஞ்சள் படர்ந்தும் காணப்பட்டன. அப்படிக் கிடைத்த எரிந்த தாள்களின் ஒன்றில் பச்சை ராஜனின் மரணம் பற்றிய செய்தி இருந்தது:

‘நாட்டுக்கும் சங்கல்பராணிக்கும் நடந்ததேதும் அறியாது, மேலும் அதிகமாக உலர்ந்தபோது பச்சைராஜனின் உடலில் சாகாதிருந்த ஒற்றைக் கண்ணும் இறுதியில் பார்வை இழந்தது. உடனே அவனுக்கு வெள்ளைக்கார மருத்துவரால் ஒரு கண்ணாடி மாட்டப்பட்டது. அதிலும் பயன் இல்லை. பச்சைராஜா இன்னும் அதிகமாக உலர்ந்த போது அவனது வாயிலிருந்து ஒரு வார்த்தை மரங்களிலிருந்து விதைகள் வெடிப்பது போல் வெடித்துத் தரையில் விழுந்தது. அதுதான் பாக்கியத்தாய் கேட்ட நீளமான ஆங்கில வார்த்தைக்கான பொருள். பிறகு தனிமையில் பல நாள் வாழ்ந்து அரண்மனையில் யாருக்கும் தெரியாத ஓர் அறையில் எல்லோராலும் மறக்கப்பட்டு எதிர்காலத்தின் குறிப்பிடப்படாத ஒரு நாளில் உடல் உலர்ந்தது...’

என்று அவனது சரித்திரம் முடியாத ஒருவாக்கியத்தில் முற்றுப் பெற்றது. அப்போது அவனுக்கு நூற்றி எழுபத்தைந்தாம் வயதாகி யிருந்தது.

இன்னொரு விஷயமும் கரிந்த ஒரு தாளிலிருந்து கண்டுபிடிக்கப் பட்டது. ‘மொழி விபத்தும் வல்லுநர் உடலும்’ என்று தலைப்பிடப் பட்டிருந்தது. அது இந்தச் சாவு ராஜனின் மரணத்துக்கு ஐம்பது ஆண்டுகளுக்கு முன்பே சம்பவித்ததாகும்.

‘...அன்றைக்கே பல்கலைக்கழக மொழித்துறையின் மொழி ஆராய்ச்சிக்குரிய பரிசோதனைச் சாலையில் புதிய மொழி ஒன்றின் பகுதிகள், விகுதிகள், சந்தி, சாரியை, மற்றும் மெல்லின ஒற்றுக்கள், வல்லின ஒற்றுகள், அதுபோல் உரிச்சொற்கள், திசைச் சொற்கள், பகுபதங்கள், பகாப்பதங்கள், வினையாலணையும் பெயர்கள், இருபெயரொட்டுப் பண்புத்தொகை முதலிய மொழியின் பல்வேறு அவயங்களும் உடைந்து சேதமுற்ற நிலையில் கிடந்தன. இவற்றுக் கிடையில் அந்த விபத்தில் மரணமடைந்த துறைத் தலைவரின் உடல் கிடந்தது. அதனை வெகு பிரயாசைப்பட்டபின் ஆள்கள் வெளியில் எடுத்தனர். ஏற்கனவே உடல்நாற்றம் வைத்துவிட்டதென்று மருத்துவர்கள் கூறியதால் மருத்துவப் பரிசோதனைக்கு உடல் உடனே அனுப்பப்பட்டது. தக்க மரியாதை களுடன் உடல் அடக்கம் செய்யப்பட வேண்டுமென்று பாக்கியத்தாயே ஆணை பிறப்பித்தாள். ஏனெனில் ஆணை பிறப்பிக்க வேண்டிய ராஜன் அன்று எந்த அறையில் இருந்தான் என்பது கண்டுபிடிக்க முடியாததாயிருந்தது.

கரிந்து போகாமல் அடுத்ததாகக் காணப்பட்டது ஒரே ஒரு முறை கணவனோடு வாழ்ந்தவளுக்குப் பிறந்த 999ஆம் குழந்தை பற்றிய செய்தியாகும்.* அந்தத் தாள் கரிந்து போகாமல் தெளிவாகக் காணப்பட்டாலும் சிறு துவாரங்கள் அதில் காட்சியளித்தன. எப்படி அந்தத் துவாரங்கள் ஏற்பட்டன என்று கூறமுடியாதபடி அவை இருந்தன. பல நாள் நீரில் மூழ்கிக் கிடந்திருக்க வேண்டும் என்று கூறும்படி அத்தாள் தோற்றம் தந்தது. சில எழுத்துகள் என்ன செய்தாலும் கண்டுபிடிக்க முடியாதபடி சிதைந்து போய் இருந்தாலும் அதில் எழுதப்பட்டது என்னவென்று சந்தேகத்திற்கிடமின்றி விளங்கியது:

'சங்கல்பராணியின் 999ஆம் குழந்தை அவள் எதிர்பார்த்த படியே பிறந்தது. அதற்கு முன்பு பிறந்த குழந்தைகள் விலாவழியோ, நெஞ்சு வழியோ மாறி மாறிப் பிறந்ததைப் போலல்லாமல் இந்தக் குழந்தை அவளது மனத்திலிருந்து பிறந்தது. அடுத்த குழந்தையின் பிறப்பும் அவளது இறப்பும் ஒரே நேரத்தில் நிகழ்வது பற்றி அவளுக்கு ஏற்கனவே தெரிந்திருந்தது.'

பின்னர் கிடைத்த ஒரு குறிப்பின் தலைப்பு, 'ஆட்சிக்குவந்த பார்பர்.' இந்தத் தலைப்புக்குக் கீழ் வெளியாகிய சித்திரத்தில் ஒரு மனித உடலின் பகுதிகள் வரையப்பட்டு அவற்றிற்குப் பாம்பு, புலி, தேள், அட்டை, நத்தை, நண்டு, ஓணான் என்று பல விஷ ஜந்துக்களின் பெயர்கள் அடையாளமிடப்பட்டிருந்தன. பின்பு காணப்பட்ட செய்தி மிகத் தெளிவாக அச்சாகிருந்தது:

'நண்பர்களின் திசை என்று கருதப்பட்ட தெற்குத் திசையில் ஜனாதிபதிகள் சுடப்படும் தீவில் பிறந்தவன் நித்தியராஜா. இவனது இன்னொரு பெயர் எமனுக்கு எமன். காரணம் இவனது விளையாட்டுக்கால எதிரி யான நித்திய பகைவன் வானத்திலிருந்து தனது இரட்டைக்குழல் துப்பாக்கியால் நித்திய ராஜாவைச் சுட்டதும் அவன் கீழே விழுந்தான். அன்றிலிருந்து அந்தத் துப்பாக்கி ரவையை வெளியே எடுக்கும் மட்டும் இரண்டு மாத காலம் அவன் 'ப்ராகூய்' என்ற மொழியை இலக்கண சுத்தமாய்ப் பேசினான். அவன் தெகிமொலா மொழியை மறந்த துக்ககரமான செய்தியும், துப்பாக்கிச் சூட்டில் அவன் சிந்திய ரத்தமும் சேர்ந்து, ஒருநாள் தேர்தல் நடந்த போது ஓட்டுகளாக மாறி, நித்திய ராஜா தெகிமொலாக்களை

* இது பல மிகைப்படுத்தல்களில் ஒன்று என்பது சரித்திர ஆசிரியர்களின் ஏகோபித்த கருத்து.

ஆளும் ஸ்தானத்திற்கு உயர்ந்தான். நித்திய ராஜாவின் பூர்வீகம் பற்றிய மிகுந்த சிரமமான தேடல் மூலம் அவன் நகரின் பார்பர் என்று தெரிய வந்தது. பல பெயர்களில் நடமாடியவன் என்றும் விளங்கியது. தெகிமொலா சரித்திரத்தில் இடையில் தோன்றிய மக்களாட்சி இவ்வாறு பார்பரின் மூலம்தான் முற்றாக செயலுக்கு வந்தது எனலாம்.'

இறுதியாக பாக்கியத்தாய் பற்றி காணப்பட்ட செய்தி மிகவும் கரிந்திருந்த ஒரு கலைக்களஞ்சியத்திலிருந்து கவனமாக எழுதி எடுக்கப்பட்டது:

'ஒருவருக்கு வெறுப்பு அதிகமாகிவிட்டால் அந்த நபர் சாக முடியாது என்பது தெகிமொலா ராணியின் மூலம் நிரூபணமாயிற்று. தன் கணவன் மீதுள்ள வெறுப்பு பல ஆண்டுகள் நீடித்ததால் அத்தனை ஆண்டுகளும் பாக்கியத்தாய்க்கு மரணம் வரவில்லை. அவ்வாறு சாவு வராது பெரும் துக்கம் ஒரு நோயாய் அவளைத் தொற்றியது. அந்த நோய் முற்றி ஒருநாள் விளையாடும் சீட்டுக் கட்டின் ராணியாய் பாக்கியத்தாய் மாறிப்போன செய்தி ஏட்டில் எழுதப்பட்டபோது வருடங்கள் பல உருண்டோடிவிட்டன.'

தெகிமொலா சரித்திர நாயகர்களின் கடைசி வம்சம் அழிந்துபோன செய்தி இப்படிச் சரித்திரத்தில் பெரும் நகைச்சுவைக்கு ஆளாக்கப் பட்டிருந்தது. அதனால்தான் அகராதிகளும் கலைக்களஞ்சியங் களுமாக எழுதி, தன் சிந்தனையையும் நினைவின் ஒவ்வொரு ரேகையையும் சரித்திரத்தில் பதிக்க நினைத்த ஓரினம் கடைசியில் சில கரிந்த தாள்களின் கருணையால் மட்டுமே உலகின் முன் அறியப்பட வேண்டியதாயிற்று.

இவ்வாறு தெகிமொலா என்ற வம்சத்தின் துக்கமும் விநோதமும் கலந்த ஒரு சரித்திரம் இங்கே முற்றுப் பெறுகிறது.

○

கேட்போன் கூற்று

என்ன சொல்ல வருகிறீர் சரித்திர ஆசிரியரே? தெகிமொலாக்களின் சரித்திரம் இது. சரிதான். அதனால் வேறுமக்களின் சரித்திரம்கூட இதில் இருப்பதாய் சொல்ல முடியுமா? ஏனெனில் எந்த நாட்டின் சரித்திரமும் இன்னொரு நாட்டின் சரித்திரத்தோடு தொடர்புடையது தான். அல்லது ஒரு சரித்திரம் இன்னொரு நாடு படிக்க வேண்டிய பாடம் எனலாம். தெகிமொலாத் தலைவர் பச்சை ராஜா இறந்த பின்பு 'பார்பர்'

ஆட்சிக்கு வந்துவிட்டார். எனவே இப்போதேனும் உள்ளதைச் சொல்லும். கதை சொல்ல வந்த சரித்திர குரலே!

சொல்வோன் கூற்று

தெகிமொலா நாடு பெயர் உள்ள நாடு. எனவே பெயரற்ற நாடு களுடனே ஒப்பிட முடியாது அந்த நாட்டை. பெயரற்ற நாட்டுக்கும் பெயருள்ள நாட்டுக்கும் உள்ள வேறுபாடு என்ன தெரியுமா?

சொல்கிறேன் கேளும்! அதிகப் பிரசங்கி என்று மட்டும் கூறக் கூடாது. பெயரற்ற நாட்டில் ஒரு நன்மை உண்டு. லட்சியத்தின் வடிவமாய் இருக்கும் நாடு அது. அந்த நாடு கதைகளுக்கு மூல ஊற்றாய் எப்போதும் திகழும். ஏனெனில் தேசம் உருவாவது கதை உருவாவதன் மூலமே. கதைகள் இல்லா இடத்தில் தேசங்கள் இல்லை. பெயரற்ற நாட்டிலோ என்றால் இன்னும் நிறையக் கதைகள் உண்டு. நாட்டுக்கு ஏங்குபவனிடம் வெறியுடன் கதைகள் பிறக்கும். எனவே சொல்கிறேன் நான் முதலாவதாயும் முடிவானதாயும் ஒரு கதைசொல்லி. எனக்கும் உமக்கும் மத்தியில் இருப்பது வெறும் கதை. 'சோவியத்' குலைந்து அவரவர் தேசத்தை ஒவ்வொருவரும் கைகளில் பற்றிச் சென்ற காட்சி கண்ட பின்புதான் ஓர் உலகக் கனவு குறைந்து போனது. உலக மகாசபை வலிமையான நாட்டின் கைப்பாவை ஆனது இன்னொரு காரணம். ஒவ்வொருவனுக்கும் தனது தேசக் கவலை வந்து அடுத்தவனைத் தேசமற்றவனாய் விரட்டுவதில் ஒரு குரூர மகிழ்ச்சி. பெயரில்லாத் தேசம் எனக்கு இருப்பதால் நான் எனக்கு முன் நிற்பவனை 'உனது தேசத்துக்கு ஓடிப்போ' என விரட்டமாட்டேன். ஏனெனில் அவனது தேசமும் என் தேசம் போல் பெயரற்றதாய் இருக்க முடியும் என்று எனக்குத் தெரியும்.

ೞఁ

படித்துவிட்டீர்களா?

தமிழின் முதல் மாயா எதார்த்த நாவல்

ஏற்கனவே சொல்லப்பட்ட மனிதர்கள்

தமிழவன்

தமிழின் முதல் மேஜிகள் ரியலிஸ நாவலான இது, தன்னுள் பல படிம அடுக்குகளைக் கொண்டுள்ளது. மரபான நாவலில் காணப்படும் கதை சொல்லலுக்கு முற்றிலும் மாறான கதை சொல்லலில் இந்த நாவல் இயங்குகிறது. இந்த நாவலில் வரும் கதாபாத்திரங்கள் கதைவழி செல்லாமல் படிமவழி செல்கிறார்கள் என்பது முக்கியமானது. ராசப்பனின் உடலில் சிலந்திகள் கூடு கட்டுவது; நிழலோடு சீட்டாடுவது; கிழிந்த சட்டையினரைப் புரட்சிக்குத் தயார் செய்வது; அசையாமல் பச்சையம் பிடித்துக் கிடக்கும் தேய்வமூர்த்தி போன்ற படிமங்களால் இந்த நாவல் வாசகனை ஒரு புதிய தளத்துக்கு அழைத்துச் செல்கிறது.

பக்கம்: 160, விலை: R 140

ISBN 978 81 7720 146 8